Swahili for Foreigners

SWAHILI FOR FOREIGNERS

Alice Wanjiku Mangat

Kenway Publications
Nairobi • Kampala • Dar es Salaam

Published by Kenway Publications
a subsidiary of
East African Educational Publishers Ltd.
Brick Court, Mpaka Road/Woodvale Grove
Westlands, P.O. Box 45314
Nairobi

East African Educational Publishers Ltd.
P.O. Box 11542
Kampala

Ujuzi Educational Publishers Ltd.
P.O. Box 31647
Kijito-Nyama
Dar es Salaam

ISBN 9966-46-623-1

Electronic typeset by Hi-Tech Typesetters
Nairobi

Printed in Kenya by
Autolitho Ltd.
Enterprise Road, Industrial Area
P.O. Box 73476, Nairobi

CONTENTS

SWAHILI ALPHABET AND PRONUNCIATION

Swahili pronunciation creates no problem at all, since the words are pronounced as they are written. The following is the Swahili alphabet:

A   B   CH   D   E   F   G   H   I   J   K   L   M   N   O
P   R   S   T   U   V   W   Y   Z

A	in 'baba' (father) as in 'bar'
B	in 'baba' (father) as in 'bar'
CH	in 'chai' (tea) as in 'church'
D	in 'dada' (sister) as in 'dam'
(DH)	in 'dhambi' (sin) as in 'that'
E	in 'elimu' (education) as in 'end'
F	in 'fanya' (do) as in 'farm'
G	in 'gari' (car) as in 'girl'
H	in 'habari' (news) as in 'happy'
I	in 'ishi' (live) as in 'deed'
J	in 'jina' (name) as in 'Jimmy'
K	in 'kaka' (brother) as in 'kitchen'
L	in 'lakini' (but) as in 'luck'
M	in 'mama' (mother) as in 'man'
N	in 'nani' (who) as in 'nun'
*(NG')	in 'ng'ombe' (cow) as in 'singer'
*(NY)	in 'nyumba' (house), almost as in 'new'
O	in 'omba' (pray) as in 'orange'
P	in 'paka' (cat) as in 'place'
R	in 'rudi' (come back) as in 'run'
S	in 'safi' (clean) as in 'salt'
(SH)	in 'shamba' (farm) as in 'shout'
T	in 'tatu' (three) as in 'town'
(TH	in 'thelathini' (thirty) as in 'third'
U	in 'uhuru' (freedom) as in 'ooze'
V	in 'viatu' (shoes) as in 'village'
W	in 'watoto' (children) as in 'wax'
Y	in 'mayai' (eggs) as in 'yam'
Z	in 'zawadi (present/gift) as in 'Zanzibar'

* Other forms beginning with "gh" as in "ghali" (expensive), "nd" as in "ndani" (inside), "nj" as in "njema" (good), "nt" as in "nta" (wax), "nz" as in "nzige" (locust), etc. will be learned as one makes progress in studying the language.

Note: C (without "h"), Q and X do not exist in Swahili alphabet.

Word Stress

Word stress in Swahili is very easy since it usually falls on the second-last syllable.

The syllables can be divided as follows:

ba-ra-**ba**-ra (4 syllables)

mwa-**li**-mu (3 syllables) ·

m-ti (2 syllables — Here 'm' counts as one syllable and, since it is the one before the last syllable, the stress remains on 'm'.)

sha-mba (2 syllables)
dha-**ra**-u (3 syllables)

tu-li-o-wa-**o**-na (6 syllables)

The melodic sound usually heard in the most fluent speakers of the Swahili language is easy to adapt to through experience.

Word order

Word order is very different from European languages due to the noun classes.

The subject begins with a noun or pronoun in order to inform you which class it is and in order to find all the agreements you need, e.g.

A nice child	***Mtoto** mzuri.* *(Child nice)*	(The subject is *the child*.)
My name is Ali.	***Jina** langu ni Ali.* *(Name my is Ali.)*	(The subject is *the name*.)
What do you want?	***Wewe** unataka nini?* *(You want what?)*	(The subject is *you*.)
These children are small.	***Watoto** hawa ni wadogo.* *(Children these are small.)*	(The subject is the children.)

LESSON 1

GREETINGS

"Jambo"; "Habari"

The above words, mainly used for greetings, are actually nouns: **Jambo** in **ma- class,** meaning "a matter", and **habari** in **n–n- class,** meaning "news". **Jambo** is the common greeting for the English "Hallo", and the same word, **Jambo,** is used in reply. However, accuracy would necessitate usage of the longer and standard form of the greeting, **Hujambo?** ("You have nothing the matter?"), to which the reply would be **Sijambo** ("I have nothing the matter.")

Hu-, ha- and **si-** are negative prefixes. Observe how they are used in the following greetings, and responses:

"**Hu**jambo bibi?"   "**Si**jambo sana."
"**Ham**jambo watoto?"   "**Hatu**jambo baba."
"Baba **ha**jambo?"   "**Ha**jambo, asante."
"Nyanya na babu **ha**wajambo?" "**Ha**wajambo, asante."

Dialogue 1

Juma: **Hu**jambo Linda?
Linda: **Si**jambo Juma!
Juma: John **ha**jambo?
Linda: **Ha**jambo, asante.
Juma: Watoto **ha**wajambo?
Linda: **Ha**wajambo sana, asante.

Dialogue 2

Mwalimu: **Ham**jambo wanafunzi?
Wanafunzi: **Hatu**jambo mwalimu.

After the **jambo** greetings usually comes **habari,** e.g. **Habari gani?**, which means "What news?" The answer given is always **nzuri,** meaning **good,** even if something might be wrong, but this can follow later, e.g. **Nzuri, lakini** . . . (good but . . .)

Dialogue 3

Juma:	**Hu**jambo, Bibi Linda?
Linda:	**Si**jambo sana, Bwana Juma!
Juma:	**Habari gani?**
Linda:	**Nzuri** sana. **Habari** zako?
Juma:	**Nzuri** tu, asante. **Habari** za watoto?
Linda:	**Nzuri. Habari** za mama?
Juma:	Mama **ha**jambo, asante!
Linda:	Kwaheri, Bwana Juma!
Juma:	Kwaheri, Bibi Linda!

The other answers one might hear for **habari** greetings are **safi,** which means "clean"; **salama,** which means "peaceful"; **mzima,** which means "whole", or sometimes answered with the **jambo** greetings.

Dialogue 4

Juma:	Hujambo, Bibi Linda?
Linda:	Sijambo sana, Juma. Habari gani?
Juma:	**Salama.** Habari za watoto?
Linda:	**Wazima,** asante. Mama hajambo?
Juma:	Hajambo. Habari za kazi?
Linda:	Aaa, **nzuri** tu. Habari za shule?
Juma:	**Safi.** Habari za mzee?
Linda:	Hajambo, asante.

The other greetings one might hear would be:

Umelalaje?	(How did you sleep?)
Salama tu, asante.	(Only peacefully, thank you.)
Hali gani?	(What condition?)
Mzima, asante.	(I am healthy, thank you.)
U mzima?	(Are you O.K?)
Mzima, asante.	(I am O.K., thank you.)
Shikamuu/shikamoo	(I touch your feet — usually for greeting an older person.)
Marahaba/marhaba	(I am delighted — used only in answering this greeting.)

6

"Hodi"

This word is used when one wants to enter a house. It means, May I come in?" The answer is **karibu** (welcome) or **ngoja kidogo** (wait a while).

"Kwaheri"

This word means "bye-bye" and the answer is the same, **"Kwaheri."**

Dialogue 5

Mgeni:	Hodi, hodi!
Mama Juma:	Karibu, karibu ndani!
Mgeni:	Shikamoo, mama!
Mama Juma:	Marahaba, karibu kiti.
Mgeni:	Asante sana!
Mama Juma:	Hali gani, mgeni?
Mgeni:	Mzima tu asante. Mimi ni rafiki ya Juma.
Mama Juma:	Alaaa, karibu basi!
Mgeni:	Asante!

Exercise 5

A. Fill in the blanks:

Juma:	Hujambo, ...?
Linda:	.... Habari ....?
Juma:	.... asante. Je watoto hawajambo?
Linda:	Watoto hawajambo. Mama .... ?
Juma:	Hajambo .... za nyumbani?
Linda:	Nzuri. .... za shule?
Juma:	.... sana, asante.
Linda:	Babu na nyanya hawajambo?
Juma:	....

B. You meet your sister after some weeks. Do the following and let her reply:
1. Ask how she is.
2. Ask for the news of her family.
3. Ask how her husband is.
4. Say goodbye to her.

C. Respond to the following:

1. Habari za asubuhi, Juma? _____.
2. Hamjambo, wanafunzi? _____.
3. Shikamoo, Mama Juma? _____.
4. Hujambo, kaka? _____.
5. Habari gani? _____.
6. Watoto hawajambo? _____.
7. Habari za safari? _____.
8. Hodi, hodi! _____.
9. Karibu nyumbani! _____.
10. Kwaheri na asante sana! _____.

Simple phrases

"Je, wewe ni Juma?" (Well, are you Juma?)
"Ndiyo, mimi ni Juma." (Yes, I am Juma.)

"Wewe ni Mkenya?" (Are you a* Kenyan?)
"La, mimi si Mkenya." (No, I am not a Kenyan.)

"Tafadhali, karibu sana!" (Please, You are most welcome!)
"Asante sana!" (Thank you very much!)

"Juma ni Mtanzania?" (Is Juma a Tanzanian?)
"La, Juma si Mtanzania, ni Mkenya." (No, Juma is not a Tanzanian, [he] is a Kenyan.)

"Asante kwa chakula." (Thank you for the* food.)
"Karibu sana!" (You are most welcome!)

"Kwaheri." (Bye-bye.)
"Kwaheri." (Bye-bye.)

"Lala salama." (Sleep well.)
"Asante, wewe pia." (Thank you, same to you.)

Note:
* In Swahili one cannot differentiate the definite or indefinite articles "a",

"the" or "some" alongside the noun itself. This can, however, be clarified (if necessary) in a conjugated verb through an object infix, e.g.

Niliona mtoto pale.	(I saw a child there.)	(Indefinite)
Nili**mw**ona mtoto pale.	(I saw **the** child there.)	(Definite)
Nilinunua kitabu	(I bought **a** book)	(Indefinite)
Nili**ki**nunua kitabu	(I bought **the** book)	(Definite)

LESSON 2

CLASSES OF NOUNS

There are **8 noun classes in the Swahili language**. The classes are the key to learning the language. Once one is well acquainted with the noun classes, it will be much easier to make good progress and to be able to learn correct Swahili in a short time. The rules of the grammatical structure should be well understood. The most important thing to learn at this point is the nouns with their concord-prefixes and the class they belong to.

THE 1ST CLASS OF NOUNS ("WATU")

Concord-Prefix M-WA-

The first class, which is sometimes called **"watu"** ("people") **class,** and **m-wa- class** (after its concord-prefix), is very important. The class includes names of living things like people, animals, and insects. The concord-prefix for these nouns is **m-** in the singular, and **wa-** in the plural, followed by the root of the noun.

Example

Singular	*Plural*
m + tu = **m**tu (person)	— **wa** + tu = **wa**tu (people)
m + toto = **m**toto (child)	— **wa** + toto = **wa**toto (children)
m + kulima = **m**kulima (farmer)	— **wa** + kulima = **wa**kulima (farmers)
m + dudu = **m**dudu (insect)	— **wa** + dudu = **wa**dudu (insects)
m + nyama = **m**nyama (animal)	— **wa** + nyama = **wa**nyama (animals)
m + pishi = **m**pishi (cook)	— **wa** + pishi = **wa**pishi (cooks)

If the root of a noun begins with a vowel, **-w-** is inserted between the singular concord **m-** and the vowel in front of the root. The concord **m-** should not be followed by any vowel. In the plural, this **-w-** does not play a role as the plural concord-prefix **w-** can precede a vowel.

Example

Singular

m + alimu = **mw**alimu (teacher)
m + afrika = **Mw**afrika (African)

Plural

wa + alimu = **waa**limu (teachers)
wa + afrika = **Waa**frika (Africans)

(Vowels a + a = a; hence the spellings "walimu" and "Wafrika" are also acceptable.)

Note:
Swahili nouns do not have gender.

Exercises

A.

1.   The following are some of the nouns in **watu class,** given in singular. Change them into plural and learn the meaning thoroughly.

mbunge	—	member of parliament
mchezaji	—	player
mgeni	—	stranger; visitor
Mgiriki	—	Greek
mgonjwa	—	patient; sick person
mhandisi	—	engineer
mhariri	—	editor
mhasibu	—	accountant
Mhindi	—	Indian
mjanja	—	cunning person
Mjerumani	—	German
mjinga	—	stupid person; fool
mjomba	—	uncle (mother's brother)
mjukuu	—	grandchild
mke	—	wife
Mkristo	—	Christian
mlevi	—	drunkard
Mmarekani	—	American
mpendwa	—	beloved one
Mreno	—	Portuguese
mrithi	—	inheritor; heir
msafiri	—	traveller

mshitaki	—	accuser
mshtakiwa	—	the accused
mtaalamu	—	expert
mtumishi	—	servant
mvulana	—	boy
Mwafrika	—	African
mwalimu	—	teacher
mwana	—	son or child
mwanachama	—	member
mwanafunzi	—	student/pupil
mwanamke	—	woman
mwanamume	—	man
mwananchi	—	citizen
Mwingereza	—	Englishman; Englishwoman
mzazi	—	parent
Mzungu	—	European

B.

1. Translate (E>Sw): *an insect; Europeans; teacher; men; a patient* ....

2. Translate (Sw>E): *mgeni; mwalimu; mtoto; wasafiri* ....

3. Translate (E>Sw): *cook; children; farmers; teachers; husband; traveller; Kenyan; parents.*

4. Translate (Sw>E): *watoto; mwalimu; mnyama; wapishi; watu; mkulima; Mtanzania; Wakenya; Mgiriki; mwanafunzi.*

LESSON 3

VERB INFINITIVES

In order to begin speaking and forming sentences, we need to learn something about Swahili verb infinitives. Swahili verbs are divided into three groups. The first group consists of verbs of Bantu origin which end with an **-a.** The second group are verbs of Arabic origin which end in **-e, -i** or **-u.** The third group are verbs which are also of Bantu origin but have only one syllable. They also end with an **-a.**

All the infinitive verbs have the prefix **ku-** in front of the verb root which has an equivalent meaning to the English "**to**" as in "**to** do", "**to** read", "**to** be", etc.

Example

Bantu verbs

ku + ambia	=	**kuambia**	(to tell)
ku + amka	=	**kuamka**	(to wake up)
ku + andika	=	**kuandika**	(to write)
ku + anza	=	**kuanza**	(to start; to begin)
ku + cheza	=	**kucheza**	(to play)
ku + fanya	=	**kufanya**	(to do)

Example

Arabic verbs

ku + ahidi	=	**kuahidi**	(to promise)
ku + fahamu	≃	**kufahamu**	(to understand; to know)
ku + faulu	=	**kufaulu**	(to succeed)
ku + fikiri	=	**kufikiri**	(to think)
ku + jaribu	=	**kujaribu**	(to try)
ku + samehe	=	**kusamehe**	(to forgive)
ku + starehe	=	**kustarehe**	(to enjoy; to have a good time)

Example

One-syllable verbs (Monosyllabic verbs)

ku + ja	=	**ku**ja	(to come)
ku + la	=	**ku**la	(to eat)
ku + nywa	=	**ku**nywa	(to drink)
ku + pa	=	**ku**pa	(to give)
ku + fa	=	**ku**fa	(to die)
ku + wa	=	**ku**wa	(to be; to become)
ku + nya	=	**ku**nya	(to shit; to defecate)

Note:
The verbs **kuenda** (to go), **kuisha** (to finish/get finished) are usually written with **w**, i.e. kwenda and kwisha for easier pronunciation. Though not strictly monosyllabic, they are treated as one-syllable verbs when conjugating.

Negative infinitive

The negative infinitive is formed by inserting **-to-** between the infinitive **ku-** and the verb root in all the verb groups.

Example

Positive		*Negative*	
kuambia	(to tell)	ku**to**ambia	(not to tell)
kuamka	(to get up)	ku**to**amka	(not to get up)
kuahidi	(to promise)	ku**to**ahidi	(not to promise)
kùla	(to eat)	ku**to**kula*	(not to eat)

* Here the infinitive **ku-** is repeated since "kula" is a monosyllabic verb. The infinitive form of the verb can take an object infix if necessary.

Example

Kuto**ku**ambia   –   Not to tell **you**

LESSON 4

SUBJECT-PREFIXES FOR THE M-WA- CLASS

The subject-prefixes, though sometimes identical to the concord-prefixes, should be learned and well understood and should not be confused with the concord-prefixes. Subject-prefixes are used for verbs and other constructions in order to show the subject (singular or plural). The concord-prefixes, on the other hand, are to identify the noun class, singular or plural.

Example

Positive class-prefixes

	Singular		Plural	
1st person	**ni-**	(I)	**tu-**	(we)
2nd person	**u-**	(you)	**m-**	(you plural)
3rd person	**a-/yu-***	(he/she/it**)	**wa-**	(they)

Note:

* **Yu-** is only used in some conjugation, which will be mentioned later; it is never used with a normal verb.

** In Swahili, animals and insects come under the **m-wa-** or **watu** ("people") class.

Example

Negative class-prefixes

In singular, the negative class-prefix for the 1st person **ni-** becomes **si-**; in the 2nd person **u-** becomes **hu-**; and in the 3rd person **a-** becomes **ha-**. In plural, however, the negative class-prefix is merely the addition of **ha-** in front of the class prefix.

	Singular		Plural	
	si-	(I not)	**hatu-**	(we not)
M-Wa-	**hu-**	(you not)	**ham-**	(you not)
	ha-	(he/she/it not)	**hawa-**	(they not)

15

LESSON 5

PRESENT VERB TENSE

The Verb Tenses (Tense markers)

There are many verb tenses in Swahili, but we shall deal first with 4 basic tenses in the next few lessons. The rest of the tenses will be introduced later.

The simple present and continuous tense

The simple present tense and the present continuous tenses are basically one and the same in Swahili. The verb tense comes after the subject-prefix and before the verb root. The present positive "tense marker" is **-na-**.

Bantu verbs with tense marker

Example

Ninalala =	**ni-**	(subject-prefix **I**)
	-na-	(the tense marker **am**)
	-lala	(verb root "sleep". Note that the **ku-** in **kulala** — to sleep — is dropped.)

To illustrate further, the tense marker **-na-** is used as follows in the first, second and third persons singular and plural:

Ninalala	(I am sleeping; I sleep).
Unalala	(You [sing.] are sleeping; you sleep).
Analala	(He/she/it is sleeping; he/she/it sleeps).
Tunalala	(We are sleeping; we sleep).
Mnalala	(You [pl.] are sleeping/ you [pl.] sleep).
Wanalala	(They are sleeping; they sleep).

(Pronouns **Mimi, Wewe, Yeye, Sisi, Ninyi** and **Wao,** which stand for "I", "You" [Sing.], "He/She/It", "We", "You" [pl.] and "They", respectively, may also be placed before their appropriate subject prefixes. Thus, "I am sleeping"

16

can also be **Mimi ninalala** — literally, "I am sleeping." These personal pronouns are discussed in Lesson 16.

Note:
Arabic verbs follow the same rule.

Example

Mtoto **ana**jaribu.   (The child is trying/tries.)

Note:
One-syllable verbs maintain their **ku-.**

Example

Nina<u>ku</u>la	(I am eating; I eat).
Tuna<u>ku</u>nywa	(We are drinking; we drink).
Ana<u>kw</u>enda	(He/she/it is going; he/she/it goes).

Example

kucheza (Bantu) — to play

ni**na**cheza	(I am playing; I play).
u**na**cheza	(You [sing.] are playing; you play).
a**na**cheza	(He/she/it is playing; he/she/it plays).
tu**na**cheza	(We are playing; we play).
m**na**cheza	(You [pl.] are playing; you play).
wa**na**cheza	(They are playing; they play).

Example

kufikiri (Arabic) — to think

ni**na**fikiri	(I am thinking; I think).
u**na**fikiri	(You [sing.] are thinking; you think).
a**na**fikiri	(He/she/it is thinking; he/she/it thinks).
tu**na**fikiri	(We are thinking; we think).
m**na**fikiri	(You [pl.] are thinking; you think).
wa**na**fikiri	(They are thinking; they think).

17

kula (monosyllabic)   —   to eat

nina**k**ula	(I am eating; I eat).
una**k**ula	(You [sing.] are eating; you eat).
ana**k**ula	(He/she/it is eating; he/she/it eats).
tuna**k**ula	(We are eating; we eat).
mna**k**ula	(You [pl.] are eating; you eat).
wana**k**ula	(They are eating; they eat).

Exercise

Fill in the suitable subject prefixes:

1. Mpishi __nafanya kazi.
2. Wapishi __napika chakula.
3. Mary __natoka Kenya.
4. Mimi __natoka Tanzania.
5. Mtoto __nalala.
6. Mary na Juma __nakwenda.
7. Wasafiri __nasafiri leo.
8. Mtoto __nakunywa chai.
9. Walimu __nafundisha.
10. Sisi __nalala.

New vocabulary

kufanya kazi	—	to work	leo	—	today
kutoka	—	to come from	chai	—	tea
kufundisha	—	to teach			

Negative Simple Present and Continuous Tense

There is no negative tense marker for the present tense; it drops out entirely. But in order to show that an action is in the present negative, the last vowel -**a** of Bantu verbs changes to -**i**. However, if the verb does not end with an -**a,** there is no change.

Example

Positive	*Negative*		
Ni**na**lala	si**la**li	**-si-**	(Neg. subject-prefix for "I not")
		lala	(verb root for "sleep")
		-i	"a" changes to "i"

Hence the negative action of the simple present and continuous tense is shown as follows in the first, second and third persons singular and plural:

Positive	Negative
Ninalala	silali
Unalala	hulali
Analala	halali
Tunalala	hatulali
Mnalala	hamlali
Wanalala	hawalali

Example

Mtoto anajaribu.*   Mtoto hajaribu.*

* Arabic verbs do not change at the end.

Example

Positive	Negative
Ninakula	sili (-na- and ku- have been dropped and -a = -i)
Tunakunywa	hatunywi
Anakwenda	haendi

Note:
One-syllable verbs, as shown above, follow the same rule as the Bantu verbs, but the infinitive **ku-** is dropped in the negative.

Exercises

A. Translate (E>Sw):
  1. The child is sleeping.
  2. I am not eating.
  3. They are not playing today.
  4. You (pl.) are not sleeping.
  5. I do not eat.

B. Translate (Sw>E):
  1. Mwalimu hachezi.
  2. Ninafikiri.
  3. Mwalimu haandiki.
  4. Sili nanasi.
  5. Hawanywi pombe.

LESSON 6

THE SIMPLE PAST, PAST PERFECT AND FUTURE TENSES

The simple past, perfect and future tenses are identified with different tense markers as shown in their positive and negative forms below:

	Positive	Negative
Simple past tense	**-li-**	**-ku-**
Present/past perfect tense	**-me-**	**-ja-**
Future tense	**-ta-**	**-ta-***

* The positive and negative future are the same.

The simple past tense

Example

Positive

Nilijifunza	=	**Ni-**	(subject-prefix "I")
		-li-	(simple past tense marker "did")
		jifunza	(verb root "learn"; the **"ji"** refers to "self")

Therefore: I did learn/I learnt.

Negative

Sikujifunza	=	**Si-**	(subject-prefix "I not")
		-ku-	(simple past tense "did not")
		jifunza	(verb root "learn")

Therefore: I did not learn.

The past perfect tense

Example

Ame jifunza	=	**A**	(subject-prefix "he/she/it")
		-me-	(past/present tense marker "had/ has/have")
		jifunza	(verb root "learn")

Therefore: He/she/it has learned.

Negative

Haja jifunza	=	**Ha-**	(subject-prefix "he/she/it")
		-ja-	(past/present tense "has not")
		jifunza	(verb root "learn")

Therefore: He/she/it has not learned.

The future tense

Example

Tuta jifunza	=	**Tu-**	(subject-prefix "we")
		-ta-	(future tense marker "will/shall")
		jifunza	(verb root "learn")

Therefore: We will/shall learn.

Negative

Hatuta jifunza	=	**Ha-**	(negative-prefix "not")
		-tu-	(subject-prefix "we")
		-ta-	(future tense "will/shall")
		jifunza	(verb root "learn")

Therefore: We will/shall not learn.

Exercises

A. Correct the following sentences. The mistakes are either in the subject-prefixes, the tenses, or concord-prefixes of the adjectives. Do not change the nouns or pronouns.

1. Wazee atakuja jana.
2. Kijana kizuri kimelala sana kesho.

3. Mama itakwenda sokoni jana.
4. Wewe na yeye tulijifunza Kiswahili kesho.
5. Johana na Peter watakuja jana.

B. After correcting the above sentences, change them into the negative.

C. Fill in the blanks below using the verbs and subjects in the present tense:

Verb	Subject	Positive	Negative
soma	wewe	unasoma	husomi
jifunza	wao	....	....
lala	wewe	....	....
ona	mimi	....	....
kula	sisi	....	....
kunywa	yeye	....	....
nunua	mimi	....	....
uza	ninyi	....	....
jaribu	sisi	....	....
kwenda	watoto	....	....

D. Use the other tenses (past, perfect, future) on the above, in positive and negative.

E. Translate the following:
1. Mkulima analima shamba.
2. Mtoto amelala sana leo.
3. Nyanya amefika nyumbani.
4. Daktari anatibu wagonjwa.
5. Mwalimu amekuja.
6. Maria amekula chakula.
7. Mimi sijasoma sana.
8. Wewe umesoma sana.
9. Mama anapika ugali.
10. Mtu anakata mti.

LESSON 7

THE 2ND CLASS ("MITI" CLASS)

Concord-prefix M-MI-

The second class, which is sometimes called **"Miti"** class (tree class), is also named after its concord-prefixes **m-mi-.** The concord prefix **m-** is for the singular and **mi-** is for the plural. This class includes mainly the names belonging to nature (trees, plants, etc). However, names of other things can be found in this class. If a noun begins with the **m-** and is not a plant or some other living thing, then it belongs to this class. The plural is **mi-,** and both concord-prefixes are followed by the root of the noun.

Example

Singular	Plural	
m + ti = **m**ti	**mi** + ti = **mi**ti	(tree/s)
m + lima = **m**lima	**mi** + lima = **mi**lima	(mountain/s)
m + mea = **m**mea	**mi** + mea = **mi**mea	(plant/s)
m + to = **m**to	**mi** + to = **mi**to	(river/s)
m + kate = **m**kate	**mi** + kate = **mi**kate	(a loaf of bread/loaves of bread)
m + tihani = **m**tihani	**mi** + tihani = **mi**tihani	(examination/s)

As mentioned in the first class, if the root of a noun begins with a vowel, the addition of **-w-** (in the singular) is inserted between the concord-prefix **m-** and the vowel in front of the root of the noun. However, as shown below, the additional **-w-** does not play any role in plural:

Example

Singular		Plural	
m + aka = **m**waka	–	**mi** + aka = **mi**aka	(year/s)
m + ezi = **m**wezi	–	**mi** + ezi = **mi**ezi	(month/s; moon/s)

23

Exercise

Change the following singular nouns into plural and learn as many as possible:

mbuyu	baobab tree
mchezo	game
mchungwa	orange tree
mchuzi	sauce
mfuko	bag; pocket
mfupa	bone
mguu	leg; foot
mkia	tail
mkoa	region; province
mkojo	urine
mkono	hand; arm
mkutano	meeting; conference
mlango	door
mnazi	coconut tree
moshi (mwoshi)	smoke
moyo (mwoyo)	heart
mpaka	border (also preposition "until")
mpango	arrangement
mpira	ball
mpunga	rice plant

M-Mi- Subject prefixes

This noun class has only one prefix for Singular and one for Plural.

Positive

Singular	*Plural*
u-	**i-**

Negative

Singular	*Plural*
hau-	**hai-**

Examples (with present tense marker **"-na-"**)

1. Mchezo **u**naanza.   —   Michezo **ina**anza.   (The game/s begins/begin.)

   Mchezo **hau**anzi.   —   Michezo **hai**anzi.   (The game/s does not/do not begin.)

2. Mwaka **u**naanza vizuri. — Miaka **ina**anza vizuri. (The year/s begins/begin well.)

   Mwaka **hau**anzi vizuri. — Miaka **hai**anzi vizuri. (The year/s does not/do not begin well.)

Vocabulary – verbs

kuanguka	to fall
kunukia	to smell nice
kunuka	to smell bad
kuuma	to bite; to pain

Exercises

A. Translate the following into Swahili:

1. The month begins today.
2. The urine smells bad.
3. The loaf of bread does not smell nice.
4. The orange tree is not falling down.
5. The examination will begin tomorrow.

B. Translate the following into English:

1. Mikate inanukia vizuri sana.
2. Mkono unauma sana.
3. Mifupa haiumi sana.
4. Mikutano haikuanza jana.
5. Minazi ilianguka.

Vocabulary – Nouns

msaada	—	aid; help
mshahara	—	salary; wages

msikiti	—	Mosque
msingi	—	foundation
msitu	—	forest
msumari	—	nail
mtaa	—	street; area
mteremko	—	slope
mwaka	—	year
mwendo	—	distance; speed
mwezi	—	month; moon
mwili	—	body
mwisho	—	end
mzigo	—	luggage; load; baggage
mzizi	—	root

LESSON 8

ADJECTIVES

Swahili adjectives can be grouped as follows: Consonant-root adjectives; vowel-root adjectives; numeric adjectives; adjectives denoting colour; and Arabic adjectives. All of these adjectives, except those of Arabic origin, take the same concord-prefix as the noun they qualify.

Consonant-root adjectives

-baya	(bad)
-bovu	(rotten; defective)
-chache	(few)
-chafu	(dirty)
-dogo	(small; little)
-fupi	(short; low)
-geni	(strange; foreign)
-gumu	(difficult; hard)
-kali	(fierce; sharp; steep; strict)
-kavu	(dry)
-kubwa	(big)
-kuu	(great; important; main)
-nene	(fat; thick)
-pana	(broad; wide)
-pya	(new)
-refu	(tall; high; long)
-tamu	(sweet; tasty)
-tupu	(empty; bare)
-vivu	(lazy)
-zima	(whole)
-zito	(heavy)
-zuri	(good; nice; pleasant; beautiful)
-zee	(old)

Vowel-root adjectives

-aminifu	(honest; trustworthy)
-ema	(good in character; kind)

27

-embamba	(thin; narrow; slender)
-ingi	(many; much)
-ingine	(other; some)
-epesi	(easy; light)

Numeric adjectives

-moja	(one)
-wili	(two)
-tatu	(three)
-nne	(four)
-tano	(five)
sita*	(six)
saba*	(seven)
-nane	(eight)
tisa*	(nine)
kumi*	(ten)

Note:
*The adjectives thus indicated do not take a concord-prefix, being from Arabic origin.

Adjectives denoting colour

-eusi	(black)
-ekundu	(red)
-eupe	(white)

Note:
Many others will be learned as one continues to gain experience in the language.

Arabic adjectives

ghali	(expensive)
hodari	(efficient; able; energetic; clever)
kamili	(exact; complete)
laini	(soft; smooth)
maridadi	(fancy; decorative)

28

rahisi	(cheap; easy)
safi	(clean; pure)
tayari	(ready)
bora	(fine; excellent; high class)

As mentioned above, the adjectives take the same concord-prefix as the noun they qualify. Below are examples of adjectives and how they qualify nouns in different classes:

Example — "Watu" class

Mtu mbaya	(a bad person)
Watu wabaya	(bad people)
Mtoto mmoja **m**zuri	(one good/nice child)
Watoto wawili **wa**zuri	(two good/nice children)

Example — "Miti" class

Mkate mmoja laini*	(one soft loaf of bread)
Mikate sita laini*	(six soft loaves of bread)
Mti mmoja **mw**embamba	(one thin tree)
Miti mitano **mi**embamba**	(five thin trees)

* This is an Arabic adjective. Therefore, there is no concord-prefix in front of it.

** This word is sometimes pronounced as "myembamba" for ease of pronunciation. However, the "y" has no role grammatically.

Exercises

A. Translate the following sentences into Swahili:

1. Nine trees are falling.

2. Three bad children are eating.

3. Rotten coconut trees fell down.

4. Many people do not think.

5. We ate the loaf of sweet bread.

6. I saw a river.

7. The children did not eat two sweet loaves of bread.

8. Seven lazy children woke up.

9. Seven black children came.

10. A good year has not started.

B. Translate the following sentences into English:

1. Mchezo mbaya unaanza.

2. Tulifanya mkutano mkubwa.

3. Anakula mchuzi mtamu.

4. Juma alifaulu mtihani mgumu.

5. Waafrika saba wanene wanakula.

6. Watu wengi wachafu wameamka.

7. Mwalimu mmoja mkali anaandika.

8. Mkulima hodari anaanza kazi.

9. Mwaka mpya mzuri umeanza.

10. Mtu mwingine mchafu alikunywa bia.

LESSON 9

THE 3RD CLASS ("KITU" CLASS)

Concord-Prefix KI-VI- and CH- VY-

The third class, which is sometimes called **"kitu" class,** (thing) is also named after its main concord-prefixes **ki-vi-.** The **ki-** is for singular and **vi-** for plural, followed by the root of the noun. This class includes names of things or objects.

Example

Singular				*Plural*			
ki + tu	=	**kitu**	—	**vi** + tu	=	**vitu**	(thing/s)
ki + ti	=	**kiti**	—	**vi** + ti	=	**viti**	(chair/s)
ki + dole	=	**kidole**	—	**vi** + dole	=	**vidole**	(finger/s)
ki + tabu	=	**kitabu**	—	**vi** + tabu	=	**vitabu**	(book/s)
ki + kombe	=	**kikombe**	—	**vi** + kombe	=	**vikombe**	(cup/s)
ki + tanda	=	**kitanda**	—	**vi** + tanda	=	**vitanda**	(bed/s)

Note:
If the root of the noun begins with a vowel, the **ki-** usually changes to **ch-** in singular and **vi-** to **vy-** in plural.

Example

Singular				*Plural*			
ki + oo*	=	**choo**	—	**vi** + oo	=	**vyoo**	(toilet/s)
ki + eti	=	**cheti**	—	**vi** + eti	=	**vyeti**	(certificate/s)
ki + akula	=	**chakula**	—	**vi** + akula	=	**vyakula**	(food/s)

* There are two nouns belonging to this class which have the root **oo**. For clarity, one takes **ch-** (**choo** = toilet) and the other takes **ki-** (**kioo** = mirror). The plurals are **vyoo** (toilets) and **vioo** (mirrors).

Note:

There are some nouns which, because of their "living" characteristics, belong to the **"watu" class** although they begin with the concord-prefixes **ki-** and **vi-** (see example below). These nouns take all other grammatical agreements from the **"watu" class**, although they are declined according to the **kitu class.**

Example

Singular   *Plural*

ki + jana = **ki**jana — **vi** + jana = **vi**jana (youth/youths)
ki + pofu = **ki**pofu — **vi** + pofu = vipofu (blind person/
                                                              blind people)
ki + wete = **ki**wete — **vi** + wete = viwete (a lame person/
                                                              lame people)

Exercise

Change the following nouns into plural and learn the words well:

kiazi   potato
kibanda   hut; market; stand
kibao   board; signboard
kibarua   labourer
kiberiti   matchbox; lighter
kiboko   hippopotamus; whip
kichwa   head
kidole   finger
kidonda   wound; sore
kidonge   tablet; pill
kifaru   rhinoceros
kifo   death
kifua   chest
kijiji   village
kijiko   spoon
kijiti   toothpick; stick
kikapu   basket

kiko	pipe
kilima	hill
kilimo	farming; agriculture
kilugha	tribal language
kipande	piece
cheti	chit; certificate
choo	toilet
chuma	(a piece of) iron

Subject prefixes

Singular   *Plural*

ki- (it)   **vi-** (they)

Negative

haki- (it not)   **havi-** (they not)

Adjectival agreements

kiti **ki**chafu	(dirty chair)
viti **vi**tatu **vi**chafu	(three dirty chairs)
kiti **ki**moja safi*	(one clean chair)
viti **vi**ngi safi	**(many clean chairs)**
choo** **ki**pya	(a new toilet)
vyoo** **vi**ngine **vi**pya	(other new toilets)

Note:
* As mentioned earlier, some adjectives do not take concord prefixes.
** Even when a noun changes its prefix from **ki-** to **ch-, or vi-** to **vy-,** for ease of pronunciation, the adjective maintains its regular class prefix.

Verb tense markers

Examples

Positive   *Negative*

Kiti ki**na**anguka* — Kiti **ha**kianguki*   (the chair is/is not falling; does/does not fall.)

Viti vi**na**angu**ka***	— Viti **ha**viangu**ki***	(The chairs are/not falling/do not fall.)
Kiti ki**li**anguka	— Kiti **ha**ki**ku**anguka	(The chair fell/did not fall.)
Viti vi**li**anguka	— Viti **ha**vi**ku**anguka	(The chairs fell/did not fall.)
Kiti ki**me**anguka	— Kiti **ha**ki**ja**anguka	(The chair has/not fallen.)
Viti vi**me**anguka	— Viti **ha**vi**ja**anguka	(The chairs have/not fallen.)
Kiti ki**ta**anguka	— Kiti **ha**ki**ta**anguka	(The chair will/not fall.)
Viti vi**ta**anguka	— Viti **ha**vi**ta**anguka	(The chairs will/not fall.)

Note:
* In the present and present continuous negative tenses, letter **-a** changes to **-i** in the verb root.

Vocabulary — *Verbs*

kununua	—	to buy
kuvunjika	—	to be broken
kujengwa	—	to be built
kuiva	—	to be cooked; to be ready; to be ripe
kukatwa	—	to be cut

Exercise

Translate the following sentences into Swahili:
1. I did not buy one bed.
2. The book starts here.
3. A nice clean chair has broken.
4. Many big cups have not broken.
5. New toilets will be built.
6. The food is cooked (ready).
7. The tall young man is not eating.
8. The hippopotamus will sleep.
9. The village will be built.
10. The finger will not be cut.

LESSON 10

THE 4TH CLASS ("MA-" CLASS)

Concord-Prefix (JI-) MA-

The fourth class is called the **ma- class**, or sometimes **(ji-) ma-** after its concord-prefixes. As you may have noticed, the **ji-** is in brackets. This is because only one syllable root nouns take the **ji-** as singular concord-prefix. These nouns are very few and they have different form of forming the plural. Sometimes the **ji-** is carried on to the plural and sometimes not. There are no hard and fast rules to help in forming the plural. This makes it necessary for the learner to memorize these one syllable root nouns in singular and plural. The plural prefix is always ma-, although sometimes the vowel after **m-** is combined with the vowel in front of the **j-** for the ease of pronunciation.

Example

Singular	*Plural*	
jicho	macho	(eye/s)
jiwe	mawe	(stone/s)
jiko	meko*	(kitchen/s; stove/s)
jino	meno*	(tooth/teeth)
jambo	mambo	(matter/s)
jina	majina	(name/s)

* **a + i = e.** (**Mai**ko = meko; **Mai**no = meno)

Note:
The other group is more syllable root nouns which do not have any concord prefix for the singular, Whatever letter the root of a noun may begin with, it remains unchanged in singular. In plural, these roots are preceded by **ma-**. It is therefore easy to identify a noun in this class through plural than the singular form.

Example

Singular	*Plural*	
daraja	**ma**daraja	(bridge/s)
dirisha	**ma**dirisha	(window/s)

duka	**ma**duka	(shop/s; store/s)
gari	**ma**gari	(car/s; vehicle/s)
soko	**ma**soko	(market/s)

Note:
There are also nouns in this class which have no singular form. They exist only in the plural form.

Example

maarifa	(knowledge; experience)
mafuta	(oil; fat)
maji	(water; juice)
matata	(quarrel; problem)
mavi	(faeces; excrement; shit)
mazungum'zo	(conversation/s; discussion/s; dialogue/s)

Note:
Names of fruits are normally found in this class.

Example

Singular	*Plural*	
embe	**ma**embe	(mango/es)
chungwa	**ma**chungwa	(orange/s)
limau	**ma**limau	(lemon/s)
nanasi	**ma**nanasi	(pineapple/s)
tunda	**ma**tunda	(fruit/s)

Exercise

Give the plural of the following nouns and learn them well:

baraza	(houseyard; courtroom)
blanketi	(blanket)
bonde	(valley)
bunge	(parliament)
gazeti	(newspaper; magazine)
jani	(leaf)
jembe	(hoe)
kanisa	(church)
sanduku	(box; suitcase)

shamba	(garden; farm)
shauri	(advice; affair)
taifa	(nation)
yai	(egg)
zulia	(carpet)

Subject prefix

Positive

Singular	*Plural*
li- (it)	**ya-** (they)

Negative

hali- (it not)	**haya-** (they not)

Adjectival agreement

Example

Singular			*Plural*
Jicho moja baya.	(one bad eye)	–	**Ma**cho **ma**wili **ma**baya.
			(two bad eyes)
Daraja moja **ji**pya.	(one new bridge)	–	**Ma**daraja **ma**wili **ma**pya.
			(two new bridges)
Jambo **ji**pya safi.	(a new clean matter)–		**Ma**mbo **ma**pya safi.
			(new clean matters)

Note:
Since this class has no *real* singular concord-prefix, the adjectives with consonant roots do not get any concord-prefix, with the exception of the adjective **-pya** (new), which has one syllable and takes the concord **ji-**.

Verb tense markers

Positive		*Negative*	
Daraja li**naa**nguk**a**.	—	Daraja **hali**anguk**i**.	(The bridge falls/ is falling; does not fall/ is not falling.)

Madaraja ya**na**anguk**a**.	— Madaraja **haya**anguk**i**.	(The bridges fall/are falling/do not fall; are not falling.)
Soko li**li**anza leo.	— Soko **hali**kuanza leo.	(The market started today/did not start today.)
Masoko ya**li**anza leo.	— Masoko **haya**kuanza leo.	(The markets started today/did not start today.)
Gazeti li**ta**kuja leo.	— Gazeti **hali**takuja leo.	(The newspaper will/will not come today.)
Magazeti ya**ta**kuja leo.	— Magazeti **haya**takuja leo.	(The newspapers will/will not come today.)
Jicho li**me**ona.	— Jicho **hali**jaona.	(The eye has/has not seen.)
Macho ya**me**ona.	— Macho **haya**jaona.	(The eyes have/have not seen.)

Exercise

Translate the following sentences into Swahili:
1. The Germans built the church.
2. The eyes did not see.
3. The tooth is aching.
4. The egg fell.
5. The farm is not being cultivated.
6. The bridge has not fallen down.
7. The bad matters started today.
8. The people built five bridges.
9. The orange is not ripe.
10. The mangoes were very ripe.

LESSON 11

THE 5TH CLASS (N-N- CLASS)

Concord-Prefixes N-N-

The fifth class, which is known as the **n-n- class** is the largest because there are so many nouns in it. Borrowed words from other languages and do not have "n-" at the beginning are placed in this class and whatever the concord-prefix might be, it remains the same in the plural. For most of Bantu original nouns, "n-" is placed in front of a root as a concord-prefix for singular and plural if there is a consonant in front of the noun root.

Example

n + dege	=	**n**dege	(bird/s*; aeroplane/s)
n + dizi	=	**n**dizi	(banana/s)
n + doa	=	**n**doa	(marriage/s)
n + gozi	=	**n**gozi	(skin/s)
n + jia	=	**n**jia	(way/s; path/s)

* (Names of most animals are found in this class but conjugated according to "m-wa-" class.)

Note:
n- in front of **b, p,** and **v** becomes **m.**

Example

n + begu	= mbegu	(seed/s)
n + boga	= mboga	(vegetables)
n + vua	= mvua	(rain)

Note:
If a noun root begins with a vowel, the prefix **n-** becomes **ny-.**

Example

n + ika	= **ny**ika	(dry grassland/s)
n + ota	= **ny**ota	(star/s)

As mentioned already, borrowed words from other languages are normally ⬛ be found in this class.

Example

hoteli	from English	(hotel/s)
meza	from Portuguese	(table/s)
posta	from English	(post/s)
shule	from German	(school/s)
teksi	from English	(taxi/s)

Note:

All words referring to family members come into this class. It should b⬛ remembered, however, that in conjugation they are treated like the **"watu** **class,** except with genitives and possessives.

Example

ami	(father's brother/uncle)
baba	(father/s)
babu	(grandfather/s)
bibi*	(grandmother/s)
kaka	(brother/s)
mama	(mother/s)
dada	(sister/s)
ndugu	(brother/s; sister/s)

* This word is also used to mean "Mrs". Where necessary, some of the abov⬛ nouns can also take the **"ma-" class** plural concord-prefix, but only if there i⬛ nothing else in the sentence to identify singular or plural.

Most animal names, as mentioned before, come into this class. However since they are living things, they are treated like nouns of the **"watu class"** when used with adjectives, verbs, demonstratives, etc.

Example

Farasi	(horse/s)
Kondoo	(sheep)

kuku	(chicken/s; fowl/s; hen/s)		
mbu	(mosquito/es)		
mbuzi	(goat/s)		
ng'ombe	(cow/s)		
nguruwe	(pig/s)		
paka	(cat/s)		
ndovu; tembo	(elephant/s)		

Here is a list of some other nouns in this class. Please learn them well.

bahati	(luck)	barabara	(road/s)
baridi	(cold)	barua	(letter/s)
bia	(beer/s)	bei	(price/s)
chai	(tea)	dawa	(medicine/s)
habari	(news)	hatari	(danger)
homa	(fever)	nzi	(fly/flies)
jioni	(evening/s)	kahawa	(coffee)
kalamu	(pen/s; pencil/s)	kazi	(work; function/s)
mbwa	(dog/s)	motokaa	(motorcar/s)
nguo	(cloth)	nyama	(meat)
nyumba	(house/s)	pesa	(money)
pilipili	(pepper)	pombe	(alcohol)
rafiki	(friend/s)	ruhusa	(permission/s)
saa	(time; clock/s; watch/es)	sabuni	(soap/s)
safari	(journey)	samaki	(fish/es)
shida	(problem/s)	siku	(day/s)
tarehe	(date/s)	wiki	(week/s)

Subject prefix

Positive

n-n- Class	*Singular*		*Plural*	
	i-*	(it)	**zi-**	(they)

This prefix is also used when there is no specific subject, as when saying **"it is possible."**

Negative

n-n- Class	**hai-**	("it not")	**hazi-**	("they not")

Present-tense marker

Positive

Singular: Nyumba **ina**anguka. (The house is falling/falls.)
Plural: Nyumba **zina**anguka. (The houses are falling/fall.)

Negative

Singular: Nyumba **hai**anguki. (The house is not falling/does not fall.)
Plural: Nyumba **hazi**anguki. (The houses are not falling/do not fall.)

Adjectival agreements

Not all the adjectives can take the "n-" as a concord-prefix. Therefore, please observe the following rules:

1. **N-** cannot stand in front of **b** or **p.** Thus, the **n-** changes to **m-** in front of these consonants.

   ### Example 7

   Shule **m**baya (a bad school)
   Hoteli **m**pya (a new hotel)

2. If an adjective begins with a vowel, the **n-** becomes **ny-.**

   ### Example 8

   Nyumba **ny**ingine (another house)
   Ndizi **ny**ingi (many bananas)

Other tense markers

Positive	Negative	
Safari ilianza jana	— Safari haikuanza jana.	(The journey started/did not start yesterday.)
Safari zilianza jana	— Safari hazikuanza jana.	(The journeys started/did not start yesterday.)
Shule itaanza kesho	— Shule haitaanza kesho.	(The school will/will not start tomorrow.)
Shule zitaanza kesho	— Shule hazitaanza kesho.	(The schools will/will not start tomorrow.)

Habari nzuri imefika — Habari nzuri haijafika. (Good news has*/has* not arrived.

Habari nzuri zimefika — Habari nzuri hazijafika. (Good news has/has not arrived.)

Note:
* Although "news" has no plural in English, in Swahili it takes both singular and plural forms.

3. **n-** can stand in front of consonants **d, g,** and **z.**

   Example

   Meza **n**dogo   (small table).
   Kazi **n**gumu   (hard work).
   Habari **n**zuri   (good news).

4. In front of the adjective **-wili** (two), the **w** disappears and is replaced by **mb-.**

   Example

   Ndege **mb**ili   (two aeroplanes).
   Hoteli **mb**ili   (two hotels).

5. In front of the adjective **-refu** (tall; long) the **r** disappears and is replaced by **nd-.**

   Example

   Barabara **nd**efu   (long road).
   Njia **nd**efu   (long way).

6. Some consonant adjectives do not take any concord prefix.

   Example

   Hoteli tatu   (three hotels).
   Njia fupi   (short way/ways).

Exercises

A. Translate the following sentences into English:

   1. Sisi tumejenga barabara ndefu.
   2. Shule nyingi nzuri.
   3. Juma aliandika barua mbaya.
   4. Mama alikwenda sokoni wiki jana.

5. Chai imeiva.
6. Barua hazifiki leo.
7. Pilipili nyingi hazijaiva.
8. Shule hazitaanza wiki kesho.
9. Hoteli imejaa watalii.
10. Maria atapika ndizi.

B. Translate the following sentences into Swahili:
1. The children have eaten many big bananas.
2. John will build three hotels.
3. She has brought good news.
4. The coffee is smelling very nice.
5. The aeroplane left yesterday.
6. The work will not begin next week.

LESSON 12

THE 6TH CLASS ("U" CLASS)

Concord-prefix (only for singular) U-

The sixth class, which is named after its singular concord-prefix **u-**, has two groups of nouns. One group is for abstract nouns, which are made from adjectives, nouns from other classes, numbers, or even from verbs. These abstract nouns have no plural form.

Example

From adjectives

ubaya	(badness)	from "-baya"	(bad)
uchafu	(dirt)	from "-chafu"	(dirty)
ufupi	(shortness)	from "-fupi"	(short)
urefu	(height)	from "-refu"	(long; tall; high)
uzito	(weight)	from "-zito"	(heavy)
uzuri	(beauty; goodness)	from "-zuri"	(good; beautiful)

From nouns

uanadamu	(humanity)	from "mwanadamu"	(human being)
uchawi	(witchcraft)	from "mchawi"	(witchdoctor)
udaktari	(medicine)	from "daktari"	(doctor)
utoto	(childhood)	from "mtoto"	(child)
uizi	(theft)	from "mwizi"	(thief)

From numerical roots

umoja	(unity)	from "-moja"	(one)

From verbs

usafiri	(transport)	from "safiri"	(travel)
ushindi	(triumph)	from "shinda"	(succeed; overcome)

45

uwezo	(ability)	from "weza"	(be able)
uchaguzi	(election)	from "chagua"	(choose; elect)

Note:
The other group of nouns in this class includes material things which have the singular concord-prefix **u-** or **w-**. If the root of these nouns after **w-** or **u-** is one syllable, then **ny-** is placed in front of the **u-** or it replaces **w-** to form the plural. If, however, the noun has more than one syllable, then the **u-** is dropped to form the plural.

Example

ufa	**ny**ufa	(crack/s; split/s)
uma	**ny**uma	(fork/s)
uzi	**ny**uzi	(thread/s)
wimbo	**ny**imbo	(song/s)
ufagio	fagio	(broom/s)
ukurasa	kurasa	(page/s)
upande	pande	(side/s)

Subject prefixes

Positive
"U" Class

	Singular	Plural
	i (it)	**zi-** (they)

Negative
"U" Class

hai- ("it not") **hazi-** ("they not")

Present-tense marker

Singular:	Uma **una**anguka.	(The fork is falling/the fork falls)
Plural:	Nyuma **zina**anguka.	(The forks are falling/the forks fall)

Adjectival agreement

An adjective qualifying a singular noun from the **u- class** takes the concord-prefix from the **"m-mi-" class** because otherwise the adjective would form

46

an abstract noun if the **u-** were used as an adjective-prefix. Therefore, the **m-** or **mw-** (from **"m-mi-" class**) is placed in front of the adjective root. If the noun is in plural, the adjective prefix must be taken from the **n-n- class**.

Example

ufagio **m**zuri	(a nice broom)
fagio **n**zuri	(nice brooms)
wimbo **m**refu	(a long song)
nyimbo **n**defu	(long songs)

Other tense markers

uma **una**anguka	— uma **ha**uanguk**i**.	(The fork is/is not falling/ falls/ does not fall.)
nyuma **zina**anguka	— nyuma **ha**zianguk**i**.	(The forks are/are not falling/fall/do not fall.)
ufunguo **uli**potea	— ufunguo **ha**ukupotea.	(The key got/did not get lost.)
funguo **zili**potea	— funguo **ha**zikupotea.	(The keys got/did not get lost.)
usafiri **ume**anza	— usafiri **hau**jaanza.	(The transport has/has not started.)
uchawi **uta**anza	— uchawi **hau**taanza.	(The witchcraft will/will not start.)

Exercise

Translate the following into Swahili:
1. One nice broom did not fall.
2. A nice childhood will begin.
3. The election started.
4. The big wall has fallen.
5. The thread did not get lost.

LESSON 13

THE 7TH CLASS ("PA-" CLASS)

The concord-prefix "PA-"

The seventh class, which is named after its concord-prefix, is called the **"pa-" class** and has only one noun **mahali** or **pahali,** meaning place. This is also a very complicated class, even though it has only one noun. Other nouns can also belong to this class if they get a prepositional ending (suffix) **-ni.** These nouns can either be in singular or plural, and after the suffix **-ni** is added to them, they change from their original class and belong to **"pa-" class.**

Example

The following are the nouns from other classes which have switched to the **"pa-" class:**

mchezo**ni**	(in the game)	from	mchezo	(game)
michezo**ni**	(in the games)	from	michezo	(games)
mfuko**ni**	(in the pocket)	from	mfuko	(bag; pocket)
mifuko**ni**	(in the pockets)	from	mifuko	(bags; pockets)
mlango**ni**	(at the door)	from	mlango	(door)
milango**ni**	(at the doors)	from	milango	(doors)
soko**ni**	(at/in the market)	from	soko	(market)
masoko**ni**	(at/in the markets)	from	masoko	(markets)
duka**ni**	(at the shop)	from	duka	(shop)
maduka**ni**	(at the shops)	from	maduka	(shops)
nyumba**ni**	(at home/s)	from	nyumba	(house/s)
shule**ni**	(at/in the school/s)	from	shule	(school/s)
utoto**ni**	(at/in childhood)	from	utoto	(childhood)

Subject prefixes

Positive		*Negative*	
pa-	("it" – a definite place)	**hapa-**	("it" not)
m-	("it" – an inside place)	**ham-**	("it" not)
ku-	("it" – indefinite place)	**haku-**	("it" not)

Example

Pahali **pa**zuri   (a good place)
or
Mahali **pa**zuri   (a good place)

"Pa-" with the present-tense verb marker

Positive   *Negative*
Mahali panakauka   —   **Mahali hapa**kauki.   (The place is/is not drying/the place dries/ does not dry.)

"Pa-" with other tense markers

Positive   *Negative*
Sokoni **ku**liuzwa chai.   —   Sokoni **haku**kuuzwa chai.
                                              (At the market there was/was not sold tea.)

Shuleni **m**lifanyiwa mkutano   —   Shuleni **ham**kufanyiwa mkutano.
                                              (In the school there was/was not done a meeting.)

Exercise

Translate the following sentences into English:

1. Michezoni kulifanywa michezo mingi.
2. Sokoni kuliuzwa matunda mazuri leo.
3. Mahali pazuri palijengwa shule.
4. Nyumbani kunapikwa chakula kizuri.
5. Mahali pakubwa patakuwa kiwanja cha michezo.

LESSON 14

THE 8TH CLASS ("KU" CLASS)

Concord-prefix "KU-"

The eighth class is named after its concord-prefix and is therefore called the "ku-" class. The nouns in this class are derived from verb infinitives. They are comparable to gerunds in English.

Example

kusoma	(the reading)	from kusoma	(to read)
kuimba	(the singing)	from kuimba	(to sing)
kusafiri	(the travelling)	from kusafiri	(to travel)
kuandika	(the writing)	from kuandika	(to write)

Subject prefixes

ku-   (it)

Negative
haku- ("it" not)

"Ku-" class with the tense verb marker

Positive: Kusoma ku**na**anza.   (the reading is starting/starts).
Negative: Kusoma hakuanzi.   (the reading is not starting/does not start.)

Adjectival agreement

Adjectives keep the same prefix used for nouns.

Example

Kusoma **ku**zuri   (good reading)
Kuimba **ku**baya   (bad singing)

LESSON 15

ADDITION TO ADJECTIVES

Arabic adjectives

As already mentioned, Arabic adjectives do not require any agreement of the noun they are qualifying. This means that neither the singular nor the plural prefix is placed before the Arabic adjectives.

Example

mwanafunzi hodari	(clever student)
wanafunzi sita hodari	(six clever students)
miti saba	(seven trees)
viti saba ghali	(seven expensive chairs)
chungwa safi	(a clean orange)
machungwa tisa safi	(nine clean oranges)
shule ghali	(an expensive school)

Note:
The following four adjectives follow a different rule. Sometimes they take the concord-prefix and, at other times, the subject prefixes. This is not a normal rule for adjectives.

1. -enye   (with; which/who has)
2. -enyewe   (self)
3. -ote   (all; whole)
4. -o -ote   (anything; whatever; whoever; etc.)

Example

M-Wa-

	-enye	-enyewe	-ote	-o -ote
Singular:	mwenye	mwenyewe	wote	ye yote
Plural:	wenye	wenyewe	wote	wo wote

M-Mi-

	-enye	-enyewe	-ote	-o -ote
Singular:	wenye	wenyewe	wote	wo wote
Plural:	yenye	yenyewe	yote	yo yote

Ki-Vi-

Singular:	chenye	chenyewe	chote	cho chote
Plural:	vyenye	vyenyewe	vyote	vyo vyote

(Ji-) Ma-

Singular:	lenye	lenyewe	lote	lo lote
Plural:	yenye	yenyewe	yote	yo yote

N-N-

Singular:	yenye	yenyewe	yote	yo yote
Plural:	zenye	zenyewe	zote	zo zote

U-

Singular:	wenye	wenyewe	wote	wo wote
Plural:	zenye	zenyewe	zote	zo zote

Pa-

Indefinite:	kwenye	kwenyewe	kote	ko kote
Inside:	mwenye	mwenyewe	mwote	mwo mwote
Definite:	penye	penyewe	pote	po pote

Ku-

	kwenye	kwenyewe	kote	ko kote

Note:

A noun can have more than one adjective qualifying it. There are no rules as to which adjective should precede the other. However, if there is a counting adjective, it should come immediately after the noun. Others can precede each other.

Example

Watoto **wawili** wadogo wazuri
or
Watoto **wawili** wazuri wadogo;

Shule **nyingi** mbaya kubwa
or
Shule **nyingi** kubwa mbaya.

Exercise

Translate these nouns and put them in their proper classes and then change them into plural:

mwuguzi	kahawa	pesa
utabibu	mshale	chombo
mji	mjumbe	jengo
darasa	nauli	limau
mfereji	mgeni	bahari
mhariri	samaki	mfalme
mwandishi	kiboko	sabuni
rubani	ufunguo	safari
daktari	kiatu	wimbo
mfano	jani	Mfaransa
mfasiri	mpishi	mzizi
uhuru	pombe	msumari
soko	chai	shule
nguruwe	hoteli	motokaa
kitendo	gari	bia
ukuta	ujuzi	kaka
tumbo	jina	chakula
tunda	mwalimu	Mkristo

After learning the above nouns and knowing which class they belong to, qualify them with the following adjectives:

-zuri, -baya, -wili, -dogo, -ema, -kali, -kubwa, -tamu, ghali, safi, sita, -ingi, hodari, -refu.

Exercise

A. Give the following nouns the adjectival agreements given in the brackets;
                                and
B. Change them from singular to plural and from plural to singular.

Example: Wauguzi (2; -zuri) = Wauguzi wawili wazuri;
Mwuguzi mmoja mzuri.

watoto	(sita; hodari)	samaki	(5; -kubwa)
hoteli	(-ingi; -zuri)	shule	(2; -dogo)
masoko	(-ingi; -chafu)	mwalimu	(1; -kali)
Wakristo	(-ingi; -ema)	magari	(6; -pya)
ufagio	(1; -refu)	uizi	(-baya)
rafiki	(4; -ema)	farasi	(2; -zuri)
nyumba	(5; -kubwa)	bia	(1; baridi)
kalamu	(ghali; 8)	habari	(-zuri)
barabara	(2; -refu)	nguo	(5; rahisi)
kijiji	(1; -kubwa)	kijana	(2; -zuri)
vitabu	(7; -pya)	mibuyu	(2; -nene)
mlango	(1; -zuri)	mtaa	(-refu)

C. Translate the following sentences into Swahili:

1. Six good farmers
2. Many small insects
3. Many kind Africans
4. Many good books
5. Two small schools
6. Bad news
7. One expensive shop
8. Five dangerous animals
9. Eight visitors
10. Four good teachers
11. A dry place
12. Seven nice chairs
13. Many sweet potatoes
14. One new kitchen.

D. Translate the following phrases into English:

1. Wakulima wawili wazuri
2. Mahali pamoja pazuri
3. Kitabu kimoja kibaya
4. Watoto wadogo wengi
5. Maduka mawili ghali
6. Ufagio mmoja mrefu
7. Mwalimu Mwafrika mkali
8. Mwaka mmoja mzuri
9. Kuandika kuzuri
10. Vyumba vitatu safi
11. Shule tatu kubwa
12. Maisha mazuri marefu
13. Chungwa moja tamu
14. Maembe mawili matamu
15. Kuta mbili ndefu
16. Miti minne mirefu
17. Viatu vizuri
18. Wimbo mmoja mzuri

LESSON 16

PERSONAL PRONOUNS

Swahili personal pronouns, in the **m-wa-** class, are as follows:

	Singular		*Plural*	
1st person	**mimi**	(I)	**sisi**	(we)
2nd person	**wewe**	(you)	**ninyi**	(you)
3rd person	**yeye**	(he/she/it*)	**wao**	(they).

* The "it" here refers to an animal, rather than to an object.

Personal pronouns and the present tense verb "to be"

The present-tense conjugation of the verb "to be" in Swahili is the simplest to form since it does not depend on the classes. "To be" in the present-tense is **ni,** which means "am, are, is", and the negative is **si,** which means "am not/ are not/is not". Therefore, in all classes singular and plural, the same verb is used, but it must be accompanied by the personal pronoun, a demonstrative (this, that etc.) or a noun to identify the subject.

Example
M-Wa- ("Watu") class

Positive

Mimi **ni** mwanafunzi.
(I am a student.)

Wewe **ni** Mwingereza.
(You are British.)

Yeye **ni** mzuri.
(He/she/it is good/nice.)

Sisi **ni** wanafunzi.
(We are students.)

Ninyi **ni** Waingereza.
(You [plural] are British.)

Negative

Mimi **si** mwanafunzi.
(I am not a student.)

Wewe **si** Mwingereza.
(You are not British.)

Yeye **si** mzuri.
(He/she/it is not good/nice.)

Sisi **si** wanafunzi.
(We are not students.)

Ninyi **si** Waingereza.
(You [plural] are not British.)

Wao **ni** wazuri.
(They are good/nice.)

Wao **si** wazuri.
(They are not good/nice.)

M-Mi- Class
Positive

Mti **ni** mrefu.
(The tree is tall.)

Negative

Mti **si** mrefu.
(The tree is not tall.)

Miti **ni** mirefu.
(The trees are tall.)

Miti **si** mirefu.
(The trees are not tall.)

Ki-Vi- Class
Kitabu **ni** kizuri.
(The book is good.)

Kitabu **si** kizuri.
(The book is not good.)

Vitabu **ni** vizuri.
(The books are good.)

Vitabu **si** vizuri.
(The books are not good.)

Ji-Ma- Class
Daraja **ni** kubwa.
(The bridge is big.)

Daraja **si** kubwa.
(The bridge is not big.)

Madaraja **ni** makubwa.
(The bridges are big.)

Madaraja **si** makubwa.
(The bridges are not big.)

N-N- Class
Shule **ni** ghali.
(The school/s is/are expensive.)

Shule **si** ghali.
(The school/s is/are not expensive.)

U- Class
Ufagio **ni** mbaya.
(The broom is bad.)

Ufagio **si** mbaya.
(The broom is not bad.)

Fagio **ni** mbaya.
(The brooms are bad.)

Fagio **si** mbaya.
(The brooms are not bad.)

Pa- Class
Mahali **ni** pachafu.
(The place is dirty.)

Mahali **si** pachafu.
(The place is not dirty.)

Ku- Class

Kusoma **ni** kugumu.　　　Kusoma **si** kugumu.
(Studying/reading is difficult.)　(Studying/reading is not difficult.)

Exercise

Translate the following sentences into English:
1. Watoto wadogo ni wazuri sana.
2. Yeye alikuwa mwalimu mzuri.
3. Wao ni watoto.
4. Miti mirefu ni mizuri sana.
5. Mkate mzuri umeiva.
6. Kitabu ni kizuri.
7. Tunda ni tamu.
8. Matunda yalikuwa matamu sana.
9. Ugonjwa ni mbaya sana.
10. Mahali pakubwa ni pazuri.

LESSON 17

ADVERBS, PREPOSITIONS, CONJUNCTIONS, AND COMPARISON OF ADJECTIVES

Adverbs

Adverbs in Swahili are in different forms. Some are made from Bantu adjectives and take the **ki-vi- class** concord-prefixes. These adverbs are only a few and, whether they take **ki-** or **vi-,** they never change. The others are in adverbial form, and the rest are made from nouns (in different classes) or even from other adjectives but preceded by the word **kwa.**

The following are the adverbs made from Bantu adjectives.

kidogo	(a little; fairly; rather; slightly; quite)
vizuri	(O.K.; well; nicely; properly)
vigumu	(difficult; hard; tough)
vibaya	(badly; hopelessly)
kitoto	(childishly)

Example

Watoto wanasoma **vizuri.**	(The children are reading/learning **well.**)
Jana nililala **vibaya.**	(Yesterday I slept **badly.**)
Nilisafiri Ulaya **kidogo.**	(I travelled in/to Europe a **little.**)
Ilikuwa **vigumu** sana kujifunza kijerumani.	(It was very **difficult** to learn German.)
Mtu yule anacheza **kitoto** sasa.	(That person plays/is playing very **childishly** now.)

The following words are in adverbial form:

baadaye	(afterwards; later; and then)
bado	(still; not yet)
ghafula or ghafla	(suddenly)
halafu	(afterwards; later; and then)
hasa	(especially)
hivi; hivyo	(this/that way; thus)
karibu	(near; nearly)
kila	(every; *this word can also be an adjective*)
kimya	(quietly/quiet; *also a noun meaning quietness*)

58

kumbe!	(oh!; fancy that!)
kusudi	(with intention; intentionally)
labda	(maybe; perhaps; possibly)
mapema	(early)
pia	(as well; also; too)
polepole	(slowly; carefully; gently)
pole	(sorry; condolences)
sana	(very; a lot)
tu	(only)
upesi	(quickly; hurriedly)
vilevile	(as well; just the same; too; also)

Certain adverbs are preceded by the word **kwa** as shown by the following list:

kwa bahati	(luckily; fortunately)
kwa fujo	(restlessly; riotously)
kwa ghafula	(suddenly)
kwa haraka	(quickly)
kwa hivyo	(therefore; so)
kwa kawaida	(normally; usually; generally)
kwa ufupi	(shortly; in brief; briefly)

However, some of the above adverbs can be used without the **kwa**. Examples of such are **ghafula, haraka** and **hivyo**.

Example

Tulikwenda **haraka**.	(We went **quickly**.)
Mti ulianguka **ghafula**.	(The tree fell **suddenly**.)
Yeye ameandika **hivyo**.	(He/she has written **so**.)

Exercises

A. Write the opposite of these words:
1. upesi _____
2. kidogo _____
3. vibaya _____
4. vigumu _____
5. baadaye _____

B. Translate the following sentences into English:
1. Watoto walikwenda shuleni polepole.
2. Ninasema Kiswahili kidogo tu.
3. Anafanya kazi vizuri sana.
4. Mimi ninakaa karibu sana.
5. Nitapiga simu baadaye.
6. Jana watoto walilala vibaya sana.
7. Labda shule itafunguliwa kesho.

C. Fill with the appropriate adverbs:
kidogo; pole; bado; vibaya; tu; mapema; baadaye.

1. Anasema Kiingereza .... tu.
2. Watoto wangu wanasema Kiswahili na Kiingereza ....
3. Mayai yataletwa ....
4   .... sana , sikuweza kuja jana.
5. Leo tuliamka .... sana.
6. Sijamaliza kazi yangu ....
7. Gari limetengenezwa ...., haliendi.

Prepositions and conjunctions

The prepositions and conjunctions create no problem at all since they take the same position as in English. One has to memorize them and use them like in English.

The following are some of the most commonly used prepositions and conjunctions:

au	(or)
baada ya	(after, *followed by a noun or verb infinitive*)
baadhi ya	(among, *followed by a noun or verb infinitive*)
basi	(enough; that is all; so; oh, well)
bila	(without)
hata	(even; not even)
ila	(apart from; except)
ingawa	(though; although)
kabisa	(extremely; at all)
kabla	(before)
kabla ya	(before; *followed by a noun or verb infinitive*)

kama	(if; like; approximately; as)
kati	(between; among)
katika	(in; on; at; at the; by)
katikati	(in the middle)
kutoka/toka	(from; *also a verb "to come from"*)
kuhusu	(about; concerning)
kwa	(for; by; at somebody's; by means of; to someone)
kwa sababu	(because; for the reason)
kwamba/ya kuwa	(that . . .; to the effect that . . .)
labda	(maybe)
lakini	(but)
mbele	(in front; ahead)
mpaka	(until; as far as; up to)
na	(and; with; by, after passive if the action is done by a person)
nyuma	(behind)
tangu	(since; ever since)

Examples

Labda nitakwenda Ulaya mwaka kesho.
(**Maybe** I will go to Europe next year.)

Baadaye nitakwenda Marekani.
(**Afterwards** I will go to America.)

Ninasema Kiingereza na Kijerumani **pia.**
(I speak English and German **also.**)

Kwa kawaida sipendi kula viazi.
(**Normally** I don't like eating potatoes.)

Maimuna hapendi chai **bila** maziwa.
(Maimuna does not like tea **without** milk.)

Nitakwenda **kwa** Nuru kesho.
(I shall go to Nuru's tomorrow.)

Kutoka Nakuru **mpaka** Mombasa ni kama kilometa mia sita.
(**From** Nakuru **up to** Mombasa is approximately six hundred kilometres.)

61

Exercises

A. Fill in the blanks with the appropriate word:

bila; kwa sababu; mpaka; au; lakini; kwa bahati; kama; kutoka; na; kabla; kwa

1. Tutakula .... ya kwenda.
2. Utakunywa chai .... kahawa?
3. .... hatukupata shida.
4. Ninapenda chai .... sukari.
5. Sijui .... atarudi.
6. Mtoto hali .... ni mgonjwa.
7. Amenunua matunda .... hayajaiva.
8. .... Mombasa .... Nairobi ni kama kilometa 500.
9. Nitakaa nyumbani .... Juma.
10. Mimi .... rafiki yangu tunaishi hapa.

B. Translate the following sentences into Swahili:
1. We drink tea without milk, but with a little sugar.
2. The visitors will sleep after the food.
3. He lives in town.
4. The school was in the middle of the town.
5. He knows about the family.
6. I did not go because I did not know.
7. Normally, I do not like bananas.
8. I know that he is not studying.
9. They came without telling us.
10. He called me, so I told him.

Exercise

Exercise on Adverbs, Prepositions, Conjunctions and Question words.

Complete the following sentences by inserting suitable adverbs, prepositions, conjunctions or question words:

1. Ninaelewa Kiswahili .... siwezi kuzungumza.
2. Maimuna anaishi .... ?
3. Alifanya kazi yake .... sana.
4. Nilikupigia simu jana .... sikukupata; je, ulikuwa .... ?
5. Unataka kununua maembe .... ?

6. Nuru huoga .... siku .... kwenda shuleni.
7. Ninapenda kusoma vitabu sana, ... vya hadithi.
8. Niliamka .... sana leo asubuhi.
9. Anataka chai .... sukari hata kidogo.
10. Je, mgeni anataka chai .... kahawa?
11. Jina lako ni gumu ....
12. Wazazi wangu wanakaa .... mji wa Nakuru.
13. Ninajifunza Kiswahili .... nitakwenda kufanya kazi Tanzania.
14. Mayai hayakuletwa leo .... yataletwa kesho.
15. .... Nairobi .... Nakuru ni kilometa mia moja na hamsini.
16. Ishirini .... kumi ni thelathini.
17. Mama alisema .... atakwenda mjini leo asubuhi.
18. Jina lake ....?
19. Samaki wako .... bahari.
20. Sitaki chakula sasa, nataka kinywaji ....

LESSON 18

GENITIVES AND POSSESSIVES

The Genitives

The genitive in Swahili, which has an equivalent meaning to "of" in English has only one root, which is **-a.** The Swahili genitive is a small word which joins two nouns together and is taken from the possessed noun rather than from the possessor. For example, the English words "Father's pipe" should be "The pipe of the father" in Swahili. Therefore, the genitive "of" should be taken from the pipe's class, which is **ki-vi-,** hence **Kiko cha baba.** To build up a genitive, the root **-a** is preceded by subject prefixes and the result is as follows:

(a) M-Wa- Class

Singular: (3rd person)   **a + a = Wa**
Plural: (3rd person)   **wa + a = Wa**   (**vowel a + a = a**)

Example

Mtoto **wa** Maria.   (Mary's child)
Watoto **wa** Maria.   (Mary's children)

(b) M-Mi- Class

Singular: **u + a = Wa**
Plural: **i + a = Ya**

Example

Mti **wa** Juma.   (Juma's tree)
Miti **ya** Juma.   (Juma's trees)

(c) Ki-Vi- Class

Singular: **ki + a = cha** (**ki-** in front of a vowel becomes **ch-**)
Plural: **vi + a = vya**

64

Example

Kiti **cha** mtoto (the child's chair)
Viti **vya** watoto (the children's chairs)

(d) (Ji-) Ma- Class

Singular: **li + a = la**
Plural: **ya + a = ya**

Example

Soko **la** kijiji   (the village's market)
Masoko **ya** mji (the town's markets)

(e) N-N- Class

Singular: **i + a = ya**
Plural: **zi + a = za**

Example

Ndizi **ya** mtoto   (Child's banana)
Ndizi **za** mtoto   (Child's bananas)

(f) U- Class

Singular: **u + a = wa**
Plural: **za + a = za**

Example

Ushuru **wa** kamera.
Shuru **za** mizigo.

(g) Pa- Class

Definite prefix: **pa + a = pa**
Inside-location prefix: **m + a = mwa (m** in front of a
                    vowel becomes **mw)**
Indefinite prefix: **ku + a = kwa**

Example

Mahali **pa** kukaa.
Shuleni **kwa** watoto.
Chumbani **mwa** mzee.

(h) Ku- Class
Singular: **ku + a = kwa**
Plural: **ku + a = kwa**

Example

Kutibu **kwa** wagonjwa
or
Kusoma huku kwa wazee.

The possessives

As mentioned before, a possessive follows the noun which is possessed. For example, "my shoes" should be **viatu vyangu** (my shoes) in Swahili. To construct a possessive, the genitive is placed in front of the following roots:

-angu is the root for "my", "mine".
-ako is the root for "your", "yours" (singular)
-ake is the root for "his", "her/s", "its".
-etu is the root for "our", "ours".
-enu is the root for "your", "yours" (plural)
-ao is the root for "their".

Examples

M-Wa- class
Singular: **wa + angu = wangu**
                wa + ako = wako
                wa + ake = wake (vowel **a + e = e**)
Plural: **wa + etu = wetu**
                wa + enu = wenu
                wa + ao = wao.

M-Mi- Class

Singular: wa + ngu = wangu
              wa + ako = wako
              wa + ake = wake
              wa + etu = wetu
              wa + enu = wenu
              wa + ao = wao.

Plural: ya + ngu = yangu
              ya + ako = yako
              ya + ake = yake
              ya + etu = yetu
              ya + enu = yenu
              ya + ao = yao.

Ki-Vi- Class

Singular.   ki + angu = changu   (**ki** changes to **ch** in front of a vowel)
              ki + ako = chako
              ki + ake = chake
              ki + etu = chetu
              ki + enu = chenu
              ki + ao = chao.

Plural: vi + angu = vyangu
              vi + ako = vyako
              vi + ake = vyake
              vi + etu = vyetu
              vi + enu = vyenu
              vi + ao = vyao.

Ma- Class

Singular: la + angu = langu
              la + ako = lako
              la + ake = lake
              la + etu = letu   (vowel a + e = e)
              la + enu = lenu
              la + ao = lao.

Note:
As we learned before, there are many nouns belonging to the **"watu"** Class which
are found in **n-n- class**. These nouns mostly take the possessives and the genitives

from the same class, especially those describing family members. The reason for this is that the nouns are identical in singular and in plural. Therefore, if we take the normal rule of the **"watu" class** in which the prefixes for the possessives and the genitives are the same in all persons, then it would not be clear whether the genitives, possessives or the nouns are in singular or in plural. For this reason, we take agreements from the **n-n- class**.

Examples

Baba **yangu** (my father) not Baba **wangu**
Dada **zangu** (my sisters) not Dada **wangu**
Dada **yangu** (my sister) not Dada **wangu**
Mama **yake** (his/her mother) not Mama **wake**
Mama **yao** (their mother) not Mama **wao**
Ndugu **yao** (their brother) not Ndugu **wao**
Ndugu **zao** (their brothers) not Ndugu **wao**

Exercise

Translate the following sentences into Swahili:

1. The child of Adam (Adam's child)
2. The bookshop (the shop of the books)
3. The lady's hat
4. The school chairs
5. Kenyan mangoes (the mangoes of Kenya)
6. The name of my brother
7. The names of my sisters
8. The children's game
9. United Nations Organisation (the Unity of the Nations)
10. The place of farming
11. African food
12. The bridges of the Rhine
13. The primary schools of Tanzania
14. The University of Dar es Salaam
15. He bought baby's milk.
16. African languages are many.
17. I teach in a primary school.
18. Muslims do not eat pork.
19. Children like to drink orange juice.
20. The river Rhine is very big.

LESSON 19

DEMONSTRATIVES

To form the demonstratives — **this/these** and **that/those** — we need the subject-prefixes for the nouns which need a demonstrative e.g., **kiti** *kile* (chair that = that chair).

Note:
In Swahili the demonstrative comes after the noun.

Demonstrative "this/these"

To form the demonstrative "this/these", there is a prefix **h-** plus the subject-prefix of the noun that you are demonstrating. In the third person **m-wa-** we use the **yu-** subject-prefix and not **a-**. The same vowel of the subject-prefix is placed after **h-**.

Example

	Singular		*Plural*
m-wa- class			
h + yu	= huyu	h + wa	= hawa.
m-mi- class			
h + u	= huu	h + i	= hii.
ki-vi- class			
h + ki	= hiki	h + vi	= hivi.
(ji-) ma- class			
h + li	= hili	h + ya	= haya.

n-n- Class

$h + i$ = hii; $h + zi$ = hizi.

u- Class

$h + u$ = huu; $h + zi$ = hizi.

pa- Class

	Indefinite	*Inside*	*Definite*

$h + ku$ = huku; $h + m (u)$ = humu; $h + pa$ = hapa.

ku- Class

$h + ku$ = huku.

Demonstrative "that/those"

To form the demonstrative "that/those", there is a suffix **-le** preceded by the subject-prefixes of the noun that you are demonstrating. For the third person singular, again the subject-prefix **yu-** and not **a-** is used.

	Singular		*Plural*
m-wa- class			
yu + le	= yule	wa + le	= wale
m-mi- class			
u + le	= ule	i + le	= ile
ki-vi- class			
ki + le	= kile	vi + le	= vile
(ji-) ma- class			
li + le	= lile	ya + le	= yale
n-n- class			
ı + le	= ile	zi + le	= zile
u- class			
u + le	= ule	zi + le	= zile

pa- class

	Indefinite	Inside	Definite
ku + le	= kule	m + le = mle.	pa + le = pale

ku- class

ku + le = kule

The demonstrative of reference

There is a third demonstrative — the demonstrative of reference, "that". This demonstrative is constructed almost like the demonstrative "this". The prefix **h-** is followed by the original subject-prefix vowel, followed by the subject-prefix itself, but the last vowel of the subject now changes to **-o**. This is the marker of reference, which also comes at the end of the relative syllable (to be explained later). In other words, **the demonstrative of reference is "h" + the orginal vowel of the subject-prefix + the relative syllable.**

Example

	Singular		*Plural*
m-wa- class			
h + yu	= huyo;	h + wa	= hao
m-mi- class			
h + u	= huo;	h + i	= hiyo
ki-vi- class			
h + ki	= hicho	h + vi	= hivyo

(*Note:* For simplicity of pronounciation, **hicho** and **hivyo** do not keep their regular prefixes **ki-** and **vi-.**)

(ji-) ma- class			
h + li	= hilo	h + ya	= hayo
n-n- class			
h + i	= hiyo	h + zi	= hizo
u- class			
h + u	= huo	h + zi	= hizo

pa- class	*Indefinite*	*Inside*	*Definite*
h + ku	= huko	h + m = humo	h + pa = hapo

ku- class

h + ku = huko.

Exercises

A. Choose the correct demonstrative in the brackets:

1. Watoto .... (yule, wale, kile) wadogo wanalala.
2. Kitabu .... (yale, zile, kile) kizuri kilipotea.
3. Machungwa .... (hawa, hili, haya) ni matamu sana.
4. Mti .... (ile, ule, zile) mkubwa ulianguka jana.
5. Watalii .... (hizi, ile, hawa) ni Wajerumani.
6. Wanyama .... (zile, yale, wale) walikula majani.
7. Ndugu .... (ile, yule, zile) anasoma Ujerumani.
8. Mahali .... (pale, ile, zile) ni pazuri sana.
9. Mashini .... (huu, hii, hiki) inatoka Uchina.
10. Mwaka .... (hizi, hii, huu) ulianza vibaya sana.

B. Now change the above sentences into either plural or singular.

C. Fill in the blanks with the appropriate demonstrative in Swahili.
   e.g.   Mdudu huyu
            Wadudu hawa
            Mdudu yule
            Wadudu wale

	This/these	That/those
mdudu	....	....
kikapu	....	....
kiazi	....	....
daraja	....	....
duka	....	....
baba	....	....
posta	....	....
kikombe	....	....
ndege (two possibilities)	....	....
ufagio	....	....
shule	....	....
kusoma	....	....
mti	....	....
mpira	....	....

D. Read the following text and translate it into English:

Huyu ni msichana mzuri. Yeye anatoka Tanzania. Alizaliwa mjini Mwanza tarehe 26.8.54. Alikuja Ujerumani mwaka wa 1987. Sasa anasoma katika Chuo Kikuu cha Koloni. Anajifunza lugha ya Kijerumani na baadaye atajifunza siasa. Jina la msichana huyu ni Nuru Kitwana. Wale ni rafiki zake. Rafiki hawa wanatoka Tanzania pia. Wanasoma pamoja katika chuo kikuu. Hiki ni chumba cha Nuru. Rafiki hawa wamekuja kutembea kwa Nuru. Nuru amepika chakula kile kizuri. Chakula kile ni cha Kiafrika. Nuru amefurahi sana kupata wageni.

LESSON 20

QUESTION WORDS

Usually, a Swahili question word comes after the verb in the question. There are some question words which take class concord-prefixes like the adjectives. There are questions which are formed exactly like a statement and only the question mark in a written sentence would tell you whether it is a question or a statement. However, in spoken Swahili one has to raise the tone just before the final syllable in order to indicate a question.

Example

Jina lako (ni) **nani?**	(Name your (is) who? = What is your name?)
Unakaa **wapi?**	(You stay where? = Where do you stay?)
Wanakwenda kanisani sasa?	(Are they going to church now?)

Note:

Without a question mark, the last sentence in the example can also mean "They are going to church now."

The question words

The following are the question words used in Swahili:

gani?	(which?; what kind?; what sort?)
-ipi?	(which?; what kind?; what sort? This question word takes the class agreement of the noun.)
je, ...?	(hey; tell me? This word usually comes at the beginning of a question to indicate that a question is coming.)
... -je?	(how? It comes at the end of a verb.)
kwa nini?	(why? for what?)
lini?	(when?)
mbona?	(how come? why? This word is used to show surprise, astonishment or impatience.)
nani?	(who?; whom?; what?; This word is used when asking the name of a person.)

74

-ngapi?	(how many? It takes the class concord-prefix.)
nini?	(what? It is only used with objects.)
wapi?	(where?)

Examples

Unafanya kazi **gani** hapa Kenya?
(**What (Which)** kind of work are you doing here in Kenya?)

Unapenda chakula **kipi?**
(**Which** food do you like?)

Je, jina lako ni **nani?**
(Hey, **what** is your name?)

Umelala**je?**
(**How** did you sleep?)

Kwa nini unajifunza Kiswahili?
(**Why** are you [sing.] learning Swahili?)

Mtafunga shule **lini?**
(**When** will you [pl.] close the school?)

Mbona hukuandika barua hii jana?
(**How come** you did not write this letter yesterday?)

Nani alipika chakula hiki?
(**Who** cooked this food?)

Jina lako ni **nani?**
(**What** is your name?; literally, **Who** is your name?)

Anafanya **nini** sasa?
(**What** is he/she doing now?)

Unatoka **wapi?**
(**Where** do you come from?)

COMPARING ADJECTIVES

Comparison of adjectives in Swahili is achieved by using extra words. The adjective itself does not change anymore, since it already changes the prefix according to the subject it qualifies. The following words, therefore, are used to compare the adjectives:

kuliko   –   more than (not a verb)

kupita   –   to surpass (verb infinitive "to pass")

kushinda   –   to defeat (verb infinitive "to conquer")

zaidi   –   more (adverb)

      The first three words can be used for comparison as follows:

Kitabu chake ni kizuri **kuliko** changu.   (His/her book is better than mine.)

Kitabu chake ni kizuri **kupita** changu.   (His/her book is better to surpass mine.)

Kitabu chake ni kizuri **kushinda** changu.   (His/her book is better to defeat mine.)

Although all the three words can be used for comparison, the word **kuliko** is more common. For superlatives, all three words can be used as well, but the adjective **-ote** ("all") must follow these words.

Example

Kitabu chake ni kizuri **kuliko** *vyote*. (His/her book is better than all.)
Kitabu chake ni kizuri **kupita** *vyote*. (His/her book is better to surpass all.)
Kitabu chake ni kizuri **kushinda** *vyote*. (His/her book is best to conquer all.)

      The word **kushinda** is used more for superlatives, though again all the three words can be used as shown above.

76

Exercises

A. Answer the following questions:
   1. Jina lako nani?
   2. Unatoka wapi?
   3. Unaishi wapi?
   4. Unapenda chakula gani?
   5. Ulifika lini?
   6. Kwa nini unajifunza Kiswahili?
   7. Una miaka mingapi?
   8. Umelalaje?
   9. Mbona hutaki kula?
   10. Je, unakwenda sasa?

B. Form questions from the following answers:
   1. Hoteli ilikuwa katikati ya mji.
   2. Sikai mjini ninakaa kijijini.
   3. Watoto hawakulala vizuri.
   4. Ninasema Kiingereza na Kiswahili kidogo.
   5. Nitafika wiki kesho.
   6. Watoto watakuwa shuleni.
   7. Hakuwa na mke wala watoto.
   8. Jina lake ni Juma.
   9. Tunatoka Tanzania.
   10. La, sikula machungwa kwa sababu yalikuwa mabichi.

Note:
The word **zaidi** can be used even when there is no comparing object.

Examples

Kitabu chake ni kizuri **zaidi.**   (His/her book is much better.)

Shule yetu ni kubwa **zaidi.**   (Our school is much bigger.)

Matunda haya ni matamu **zaidi.**   (These fruits are much sweeter.)

Note:
The three comparing adjectives can also qualify adverbs.

Examples

Ninasoma **vizuri kuliko** wewe.	(I read/am reading better than you.)
Unaimba **vizuri kupita** rafiki zako.	(You [sing.] are singing better to surpass your friends.)
Anakunywa pombe **kidogo kushinda** mimi/ Anakunywa pombe **kidogo kunishinda.**	(He drinks/is drinking less alcohol than me.)

Exercises

A. Translate the following sentences into English:

   1. Gari langu ni dogo kuliko lako.
   2. Gari lake ni dogo zaidi.
   3. Mtoto wake ni hodari kuliko wangu.
   4. Mtoto wa Juma ni hodari kushinda wote.
   5. Kitabu cha mtoto ni kizuri kupita changu.
   6. Anasoma vizuri kushinda wote.
   7. Anaishi mbali sana kuliko sisi.
   8. Mji wetu ni mkubwa zaidi.
   9. Mtoto analala usiku zaidi.
   10. Shule yetu inaanza mapema kushinda zote.

B. Translate the following sentences into Swahili:

   1. I am older than you.
   2. I have more children than them.
   3. My house is the biggest.
   4. My house is much bigger.
   5. The town school is bigger than the village one.
   6. Our village is big, but theirs is the biggest.
   7. Mt. Kilimanjaro is higher than Mt. Kenya.
   8. This book is the best.
   9. Ali drinks much more alcohol.
   10. The hotel in Kenya was bigger than this one.

LESSON 21

The Verb "to have"

To construct the verb "to have" we have a verb-root or verbal suffix which is **-na**. This is preceded by the subject-prefix positive or negative respectively. This is how it is made up:

"To have" in the present tense

Example

Positive		*Negative*	
nina	(I have)	**sina**	(I do not have)
una	(you [sing.] have)	**huna**	(you [sing.] do not have)
ana	(he/she/it* has)	**hana**	(he/she/it* does not have)
tuna	(we have)	**hatuna**	(we do not have)
mna	(you [pl.] have)	**hamna**	(you [pl.] do not have)
wana	(they have)	**hawana**	(they do not have)

(* In the **M-Wa class**)

M-Wa- Class

Mwanamke **ana** mtoto.	(The woman has a child.)
Mwanamke **hana** mtoto.	(The woman does not have a child.)
Wanawake **wana** watoto.	(The women have children.)
Wanawake **hawana** watoto.	(The women do not have children.)

M-Mi- Class

Mlima **una** maua mengi.	(The mountain has many flowers.)
Mlima **hauna** maua mengi.	(The mountain has not many flowers.)
Milima **ina** maua mengi.	(The mountains have many flowers.)
Milima **haina** maua mengi.	(The mountains have not many flowers.)

N-N- Class

Hoteli **ina** wageni wengi.	(The hotel has many visitors.)
Hoteli **haina** wageni wengi.	(The hotel has not many visitors.)

Hoteli **zina** wageni wengi. (The hotels have many visitors.)
Hoteli **hazina** wageni wengi. (The hotels have not many visitors.)

Ki-Vi- Class

Kitabu **kina** picha nzuri. (The book has nice pictures.)
Kitabu **hakina** picha nzuri. (The book has no good pictures.)

Vitabu **vina** picha nzuri. (The books have nice pictures.)
Vitabu **havina** picha nzuri. (The books have no good pictures.)

(Ji-) Ma- Class

Gari **lina** petroli. (The car has petrol.)
Gari **halina** petroli. (The car does not have petrol.)

Magari **yana** petroli. (The cars have petrol.)
Magari **hayana** petroli. (The cars do not have petrol.)

U- Class

Ukuta **una** rangi nzuri. (The wall has a nice colour.)
Ukuta **hauna** rangi nzuri. (The wall does not have a nice colour.)

Kuta **zina** rangi nzuri. (The walls have nice colours.)
Kuta **hazina** rangi nzuri. (The walls do not have nice colours.)

Mahali Class

Mahali hapa **pana** miti. (This place has/these places have trees.)

Mahali hapa **hapana** miti. (This place does not/these places do not have trees.)

Ku- Class

Kupanda miti hapa **kuna** faida nyingi. (The planting of trees here has many benefits.)

Kupanda miti hapa **hakuna** faida nyingi. (The planting of trees here does not have many benefits.)

"To have" in other tenses

The verb "to have" in other tenses is **kuwa na,** which actually means "to be with". Therefore, the verb "to have" as such does not exist in the Swahili language. **Kuwa** (the verb root is **-wa**) is monosyllabic, and is therefore treated the same way as other monosyllabic verbs.

Example

Nili**kuwa na** vitabu vingi.   (I had many books.)

Si**kuwa na** vitabu vingi.   (I did not have many books.)

The **"-ku-"** in **"sikuwa"** is the negative past tense and *not* the infinitive, which has been dropped.

Different classes with different tenses

M-Wa- Class

Mwanamke **alikuwa na** mtoto.   (The woman had a child.)

Mwanamke **hakuwa na** mtoto.   (The woman did not have a child.)

Wanawake **walikuwa na** watoto.   (The women had children.)

Wanawake **hawakuwa na** watoto.   (The women did not have children.)

M-Mi- Class

Mlima **ulikuwa na** maua mengi.   (The mountain had many flowers.)

Mlima **haukuwa na** maua mengi.   (The mountain did not have many flowers.)

Milima **ilikuwa na** maua mengi.   (The mountains had many flowers.)

Milima **haikuwa na** maua mengi.   (The mountains did not have many flowers.)

(JI-) MA- Class

Gari **lilikuwa na** petroli.   (The car had petrol.)

Gari **halikuwa na** petroli.   (The car did not have petrol.)

Magari **yalikuwa na** petroli.   (The cars had petrol.)

Magari **hayakuwa na** petroli.   (The cars did not have petrol.)

Ki-Vi- Class

Kitabu **kimekuwa na** picha nzuri.   (The book has had a nice picture.)
Kitabu **hakijawa na** picha nzuri.   (The book has not had a nice picture.)

Vitabu **vimekuwa na** picha nzuri.   (The books have had nice pictures.)
Vitabu **havijawa na** picha nzuri.   (The books have not had nice pictures.)

N-N- Class

Hoteli **itakuwa na** wageni wengi.   (The hotel will have many visitors.)
Hoteli **haitakuwa na** wageni wengi.   (The hotel will not have many visitors.)

Hoteli **zitakuwa na** wageni wengi.   (The hotels will have many visitors.)
Hoteli **hazitakuwa na** wageni wengi.   (The hotels will not have many visitors.)

U- Class

Ukuta **ulikuwa na** rangi nzuri.   (The wall had a nice colour.)
Ukuta **haukuwa na** rangi nzuri.   (The wall did not have a nice colour.)

Kuta **zilikuwa na** rangi nzuri.   (The walls had nice colours.)
Kuta **hazikuwa na** rangi nzuri.   (The walls did not have nice colours.)

Mahali Class

Mahali hapa **palikuwa na** miti.   (This place/these places had trees.)
Mahali hapa **hapakuwa na** miti.   (This place/these places did not have trees.)

Ku- Class

Kupanda miti hapa
kumekuwa na faida nyingi.   (The planting of trees here has had many benefits.)
Kupanda miti hapa
hakujawa na faida nyingi.   (The planting of trees here has not had many benefits.)

Exercise

Translate the following sentences into Swahili:
1. The child had a nice book.
2. The car had a driver.

3. The book will have many pictures.
4. The mountain had many tall trees.
5. The school will have many children.
6. The hotel had many guests.
7. In the mountains there were many trees.
8. The teacher had many students.
9. The wall will have many pictures.
10. The place will have many houses.

LESSON 22

THE VERB "TO BE"/"TO BECOME"

We have already learned the present form of the verb "to be", which is **ni** in the positive and **si** in the negative. We also know that the verb "to be" in present tense does not take any subject-prefix nor the present-tense marker. In other tenses, however, we need the tense marker and the subject-prefix. The verb which is used for other tenses is "kuwa", which is a monosyllabic verb. As with the verb "to become", we can use all tense markers, including the present tense **-na**. When **kuwa** is used with the tense marker **-na-**, it always means "to become". In other tenses the context of the sentence would tell whether "to be" or "to become" is intended.

Example

Nilikuwa	= **Ni**	= subject-prefix (I)
(I was)	**li**	= past tense positive.
	kuwa	= verb infinitive (the **ku** stays).
Sikuwa	= **Si**	= subject-prefix (I not).
(I was not)	**ku**	= past tense negative.
	wa	= the verb root (the **ku** is dropped).

"To be/to become" with tense markers

M-Wa- Class
Mtoto a*li*ku**wa** mgonjwa. (The child was/became sick.)
Mtoto ha*ku***wa** mgonjwa. (The child was not sick/the child did not become sick.)

M-Mi- Class
Miti hii i*ta*kuwa mirefu. (These trees will be/become tall.)
Miti hii hai*ta*kuwa mirefu. (These trees will not be/become tall.)

N-N- Class
Hoteli zi*li*ku**wa** nzuri. (The hotels were good.)
Hoteli hazi*ku***wa** nzuri. (The hotels were not good.)

84

Ki-Vi- Class

Kisu ki*me***kuwa** kikali. (The knife has become sharp.)
Kisu haki*ja***wa** kikali. (The knife has not become sharp.)

(Ji-) Ma- Class

Gari li*ta***kuwa** langu. (The car will be mine.)
Gari hali*ta***kuwa** langu. (The car will not be mine.)

U- Class

Uso u*me***kuwa** safi. (The face has become clean.)
Uso ha*u***jawa** safi. (The face has not become clean.)

Mahali Class

Mahali hapa pa*li***kuwa** safi. (This place was clean.)
Mahali hapa ha*pa***kuwa** safi. (This place was not clean.)

Ku- Class

Kulia ku*li***kuwa** kubaya sana. (The crying was very bad.)
Kulia ha*ku***kuwa** kubaya sana. (The crying was not very bad.)

Exercises

A. Translate the following sentences into Swahili:

1. The hotel was not very big.
2. The cars were very small.
3. The orange was not very sweet.
4. I was not very near.
5. The children were not very clever.
6. The bananas were very sweet.
7. You were not very good.
8. We will not be ready today.
9. The child was not mine.
10. This car will not be yours.

The verb "to be in a place"

For location (to be in a place), we use different verbs. We have three locative verb roots which are **-ko** for indefinite location, **-mo** for inside location, and **-po** for definite location. These locative verbs are preceded by the subject-prefixes, positive or negative respectively. A sentence like "Where is the hotel?" would actually be in Swahili "Hotel is **located where?**"; therefore **Hoteli iko wapi?**

Example

Hoteli iko wapi?

Hoteli	=	(Hotel)
i	=	(the subject-prefix singular **N-N-**)
ko	=	(present verb "to be in an indefinite place")
wapi?	=	(question word "where?")

Hoteli iko mjini. (The hotel is located in town.)
(The hotel is in town.)

The location of a person or an object is always in the **Mahali Class.** Therefore, the suffix **-ni,** which makes a noun belong to that class, is added to mean "on/in/at a place", unless the noun is a geographical name which does not take the suffix **-ni.** (The prepositions on/in/at are in such cases understood.) If this preposition must be expressed, then the word **katika** (also preposition "in") is placed before the noun which needs the preposition.

Example

We do not say **Hoteli iko Nairobini** *but* **Hoteli iko katika mji wa Nairobi** or **Hoteli iko Nairobi.** In the latter example, the preposition is understood.)

The same applies in the negative, where the negative subject-prefix is placed in front of **-ko.**

Example

Hoteli *hai*ko mjini. (The hotel is not around town.)

Irregular verbs chart (4) with 4 basic tenses

"to be" (ni/si/kuwa)

	Present	Simple past	Perfect	Future
	Pos. -Neg	Pos. - Neg.	Pos. - Neg.	Pos. - Neg.
I	ni/si	nilikuwa/sikuwa	nimekuwa/sijawa	nitakuwa/sitakuwa
you (sing.)	ni/si	ulikuwa/hukuwa	umekuwa/hujawa	utakuwa/hutakuwa
he/she/it	ni/si	alikuwa/hakuwa	amekuwa/hajawa	atakuwa/hatakuwa
we	ni/si	tulikuwa/hatukuwa	tumekuwa/hatujawa	tutakuwa/hatutakuwa
you	ni/si	mlikuwa/hamkuwa	mmekuwa/hamjawa	mtakuwa/hamtakuwa
they	ni/si	walikuwa/hawakuwa	wamekuwa/hawajawa	watakuwa/hawatakuwa

"to be in a place" (-ko, -po, -mo -/kuwa)

	Present	Past simple	Perfect	Future
	Pos. - Neg.	Pos. - Neg.	Pos. - Neg.	Pos. - Neg.
I	niko/siko	nilikuwa/sikuwa	nimekuwa/sijawa	nitakuwa/sitakuwa
you	uko/huko	ulikuwa/hukuwa	umekuwa/hujawa	utakuwa/hutakuwa
he/she/it	yuko/hayuko	alikuwa/hakuwa	amekuwa/hajawa	atakuwa/hatakuwa
we	tuko/hatuko	tulikuwa/hatukuwa	tumekuwa/hatujawa	tutakuwa/hatutakuwa
you	mko/hamko	mlikuwa/hamkuwa	mmekuwa/hamkuwa	mtakuwa/hamtakuwa
they	wako/hawako	walikuwa/hawakuwa	wamekuwa/hawajawa	watakuwa/hawatakuwa

"to have" (-na/kuwa na)

	Present	Simple past	Perfect	Future
	Pos. - Neg.	Pos - Neg.	Pos. - Neg.	Pos. - Neg.
I	nina/sina	nilikuwa na/sikuwa na	nimekuwa na/sijawa na	nitakuwa na/sitakuwa na
you	una/huna	ulikuwa na/hukuwa na	umekuwa na/hujawa na	utakuwa na/hutakuwa na
he/she/it	ana/hana	alikuwa na/hakuwa na	amekuwa na/hajawa na	atakuwa na/hatakuwa na
we	tuna/hatuna	tulikuwa na/hatukuwa na	tumekuwa na/hatujawa na	atakuwa na/hatakuwa na
you	mna/hamna	mlikuwa na/hamkuwa na	mmekuwa na/hamjawa na	mtakuwa na/hamtakuwa na
they	wana/hawana	walikuwa na/hawakuwa na	wamekuwa na/hawajawa na	watakuwa na/hawatakuwa na

The locative indefinite **-ko** is also used in asking a question since, when one asks, the location is not known. The answer also contains an indefinite form meaning somewhere, or around. Learners are advised to use **-ko** until they are well acquainted with the language in order to know where to use the other two. In any case, here are some examples of the other two: **-po** and **-mo**:

Example

Vitabu viko wapi?	(Where are the books?)
Vitabu **vimo** mfukoni.	(The books are in the bag – "inside" it, therefore **-mo**.)

Watoto wako wapi?	(Where are the children?)
Watoto **wapo** nyumbani.	(The children are definitely in the house, therefore **-po**.

The verb "to be in a place" in other tenses is the same as the verb "to be", that is, **kuwa**. And as mentioned earlier, the suffix **-ni** may be attached to a noun to indicate location or place.

Example

Hoteli ili**kuwa** wapi?

	i	= (subject prefix **N-N- Class**)
	-li-	= (past-tense marker)
	kuwa	= (verb – "to be")

Hoteli ili**kuwa** kijiji*ni*.   (The hotel **was** *in* the village.)

More examples

Watoto wali**kuwa** wapi?	(Where were the children?)
Watoto wali**kuwa** shule*ni*.	(The children were at school.)
Watoto hawa**kuwa** shule*ni*.	(The children were not at school.)

Gari lili**kuwa** wapi?	(Where was the car?)
Gari lili**kuwa** safari*ni*.	(The car was on the journey.)
Gari hali**kuwa** safari*ni*.	(The car was not on the journey.)

Masomo yata**kuwa** wapi?	(Where will the lessons be?)
Masomo yata**kuwa** Mombasa.	(The lessons will be in Mombasa.)
Masomo hayata**kuwa** Mombasa.	(The lessons will not be in Mombasa.)

Mkutano uko wapi?	(Where is the meeting?)
Mkutano uko shule*ni*.	(The meeting is at the school.)
Benki iko wapi?	(Where is the bank?)
Benki i**ko** pwa*ni?*	(The bank is at the coast.)
Mtaa wa Uhuru uko wapi?	(Where is Uhuru Street?)
Mtaa wa Uhuru uko **kule.**	(Uhuru Street is over there.)

Exercises

A. Put the following sentences into plural.

B. Put the sentences into the past tense, singular and plural. After that put them into the negative form.

C. Put the sentences into the future. After that put them into the negative form.

D. Put the sentences into the present perfect, positive and negative.

1. Mimi ni mwalimu.
2. Mama ni mpishi mzuri.
3. Gari hili ni langu.
4. Nina baiskeli moja.
5. Mtoto ana masomo leo.
6. Tunda hili ni tamu sana.
7. Hoteli ya watalii iko pwani.
8. Kitabu hiki ni kigumu.
9. Mti ule una maua mazuri.
10. Ukuta ule una picha nzuri sana.
11. Mahali hapa pana miti mingi.
12. Nyumba yetu ina vyumba vitano.
13. Shule yetu ni nzuri sana.

LESSON 23

NUMBERS

So far we have learned numbers **1 – 9** as adjectives. The word "Number" in Swahili is **"nambari"** or **namba** and is in **N-N- class**. Therefore, the numbers here are all in **N-N- class**. Remember that the numbers **1 – 5** and **8** always take the agreement of the class they qualify. If, for example, the number is 53, the number 3 will take the plural concord-prefix of the class in question. If, however, the number is 21, the "1" will take the singular concord-prefix.

Example

Watoto hamsini na **wa**tatu	(fifty-three children).
Viti mia moja na **vi**tano.	(one hundred and five chairs).
Viti hamsini na kimoja.	(fifty-one chairs).

but

Viti mia mbili*   (two hundred chairs).

* The two here is qualifying the hundreds and not the chairs. Therefore, it does not take agreement of "chairs" but of "hundred", which is in the **N-N- class.**

Cardinal numbers

This is how one counts (cardinal numbers):

0.	Sufuri	6.	Sita
1.	Moja or mosi	7.	Saba
2.	Mbili	8.	Nane
3.	Tatu	9.	Tisa
4.	Nne	10.	Kumi
5.	Tano		

For numbers greater than ten, we place the conjunction **na,** meaning "and", between the numbers.

Example

11. Kumi **na** moja	42. Arobaini **na** mbili, etc.
12. Kumi **na** mbili	50. Hamsini
13. Kumi **na** tatu	51. Hamsini **na** moja
14. Kumi **na** .... etc.	52. Hamsini **na** mbili, etc.
20. Ishirini	60. Sitini
21. Ishirini **na** moja	70. Sabini
22. Ishirini **na** mbili, etc.	80. Themanini
30. Thelathini	90. Tisini
31. Thelathini **na** moja	100. Mia
32. Thelathini **na** mbili, etc.	102. Mia **na** mbili
40. Arobaini	200. Mia mbili
41. Arobaini **na** moja	1000. Elfu.

Ordinal numbers

Ordinal numbers are always preceded by a genitive of the class in question. The genitive is normally in singular, except with the ordinal numbers "first" and "last", which sometimes take the plural genitive. The ordinal numbers are the same as the normal (cardinal) numbers except "first", which is **kwanza,** and "second", which is **pili.**

Example

Mtoto **wa pili**	(the second child)
Mti **wa kwanza**	(the first tree)
Kiti **cha tatu**	(the third chair)
Gari **la nne**	(the fourth car/vehicle)
Darasa **la tano**	(the fifth class)
Stesheni **ya kwanza**	(the first station)

or

Stesheni **za kwanza**	(the first stations)

91

Months

Months are either pronounced approximately as in English — but always with a vowel at the end — or described with ordinal numbers.

Examples

Januari	= **Mwezi wa* kwanza**	(first month)
Februari	= **Mwezi wa pili**	(second month)
Machi	= **Mwezi wa tatu**	(third month)
Aprili	= **mwezi wa nne**	(fourth month)
Mei	= **mwezi wa tano**	(fifth month)
Juni	= **mwezi wa sita**	(sixth month)
Julai	= **mwezi wa saba**	(seventh month)
Agosti	= **mwezi wa nane**	(eighth month)
Septemba	= **mwezi wa tisa**	(ninth month)
Oktoba	= **mwezi wa kumi**	(tenth month)
Novemba	= **mwezi wa kumi na moja**	(eleventh month)
Disemba	= **mwezi wa kumi na mbili**	(twelfth month)

Note:

The genitive "wa" above* agrees with the word **mwezi**, which is in the **m-mi-** class.

Exercise

Write these sentences in Swahili:

1. My child was in the second class last year.
2. This is the fourth month.
3. The second house is ours.
4. Do you see the third street over there?
5. The fifth tree is a baobab.
6. I was the first one to arrive.
7. We have arrived in the tenth station now.
8. I bought my dress for 3,240 shillings.
9. There were 5,000 people in the church.
10. He is reading the fifth book now.

Exercise

Fill in the months:

Kwenda Kulia:

1. mwezi wa tisa
6. mwezi wa tatu
10. mwezi wa nane
11. mwezi wa pili

Kwenda Chini:

2. mwezi wa tano
3. mwezi wa sita
4. mwezi wa kumi
5. mwezi wa kwanza
7. mwezi wa nne
8. mwezi wa kumi na mbili
9. mwezi wa saba

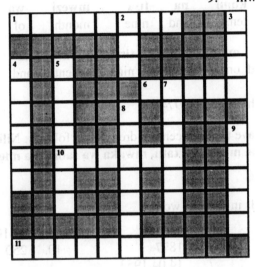

Days of the week

One starts counting the days on Saturday, following the Muslim calendar. The word **Wiki** is from the English "Week" and is sometimes called **Juma.**

Example

Jumamosi	first day of the week	(Saturday)
Jumapili	second day of the week	(Sunday)
Jumatatu	third day of the week	(Monday)
Jumanne	fourth day of the week	(Tuesday)
Jumatano	fifth day of the week	(Wednesday)
Alhamisi*		(Thursday)
Ijumaa*		(Friday)

* Note:

Swahili days of the week are based on the Muhammadan calendar, and **Ijumaa** (Friday) is an important day for Muhammadan assembly. As such, Friday is a key day of the week; hence all other days are counted after it. This explains why Saturday (**Jumamosi**) is the first day of the week.

Alhamisi and **Ijumaa** are fully termed according to the Arabic, rather than the Bantu, numbering.

Example

Nilizaliwa	tarehe	kumi	na	tisa	mwezi	wa	tatu
I was born	date	ten	and	nine	month	of	third

mwaka	wa	elfu	moja,	mia	tisa	sabini	na	nne.
year	of	thousand	one	hundred	nine	seventy	and	four.

= I was born on the 19th of March 1974.

It is allowable to leave the nineteen hundred out as follows: **Nilizaliwa tarehe kumi na tisa, mwezi wa tatu, mwaka wa sabini na nne.**

Exercises

A. Write these numerals in Swahili words:

1. 1923
2. 23.06.1965
3. 19.03.1974
4. 1444
5. 13, 456
6. 1877
7. 14.04.1953
8. 29.08.1980
9. 14.10.1994
10. 250

B. Translate the following into English:

1. Amenunua viti ishirini na viwili.
2. Tulikula machungwa mia moja na manne.
3. Wajerumani walijenga nyumba sita kubwa.
4. Tutanunua mayai ishirini na mawili sokoni.
5. Juma ana miaka thelathini na minane.
6. Nitakaa Ujerumani kwa siku ishirini na mbili.
7. Mwaka mmoja una miezi kumi na miwili.
8. Mwezi mmoja una siku thelathini au thelathini na moja.
9. Mwezi mmoja una wiki nne.
10. Siku ya kwanza ya wiki katika Kiswahili ni Jumamosi.

Time

Hours in Swahili are counted up to "12". That is, there are twelve hours of daytime and twelve hours of night-time. The hour of the day starts when the sun rises, which is usually between 6 a.m. and 7 a.m. Seven o'clock is the first hour of the day and we say in Swahili **saa moja** (one hour). The sun sets between 6 p.m. and 7 p.m. Seven o'clock in the evening is the first hour of the night, which is in Swahili **saa moja** (one hour).

Example

1st hour of the day	—	**saa moja**	(seven o'clock)
2nd hour of the day	—	**saa mbili**	(eight o'clock)
3rd hour of the day	—	**saa tatu**	(nine o'clock)
4th hour of the day	—	**saa nne**	(ten o'clock) etc.

Note:

Since there are twelve hours of daytime and twelve hours of night-time, the hours are divided as follows to avoid confusion:

4 a.m. to 6 a.m.	—	**alfajiri**	(dawn)
7 a.m. to 10 a.m.	—	**asubuhi**	(morning)
12 noon	—	**adhuhuri**	(noon)
1 p.m. to 4 p.m.	—	**mchana/alasiri**	(afternoon)
5 p.m. to 7 p.m.	—	**jioni**	(evening)
8 p.m. to 3 a.m.	—	**usiku**	(night)

Example

Saa moja asubuhi	—	(7 a.m.)
Saa mbili usiku	—	(8 p.m.)
Saa nane mchana	—	(2 p.m.)
Saa kumi na mbili alfajiri	—	(6 a.m.)
Saa kumi na moja jioni	—	(5 p.m.)
Saa sita adhuhuri	—	(12 noon)

The following words are also used for telling time:

robo	—	(quarter)
nusu	—	(half)

dakika	—	(minute/s)
kasoro	—	(less)
na	—	(and; past)
kamili	—	(exactly).

Example

Saa tatu na dakika kumi usiku	—	(9.10 p.m.)
Saa mbili na robo asubuhi	—	(8.15 a.m.)
Saa moja na nusu asubuhi	—	(7.30 a.m.)
Saa kumi na mbili kasoro robo alfajiri	—	(5.45 a.m.)

Text for reading

Kibe ni mtoto wa shule. Anasoma katika shule ya msingi. Yeye anaamka kila siku saa kumi na mbili. Baada ya kuoga na kula chakula cha asubuhi, yeye anakwenda shuleni kwa basi. Basi linaondoka saa moja na nusu na linafika shuleni saa mbili kasoro robo.

Masomo yanaanza saa mbili na robo asubuhi na yanaisha saa saba na nusu mchana. Kibe anakwenda nyumbani kula chakula cha mchana. Baada ya chakula cha mchana anakwenda kucheza na watoto wengine karibu na nyumbani kwao.

Kibe ni mtoto mzuri na mara nyingine anasaidia katika kazi za nyumbani. Kila jioni Kibe na ndugu zake wanafanya kazi za shule pamoja. Kaka yake mkubwa anamsaidia Kibe kufanya kazi za shule.

Kibe analala saa tatu usiku.

Exercises

A. Tell the following time in Swahili:

1.	11.07;	5.	10.30;	9.	13.45;	13.	7.30;
2.	12.45;	6.	2.50;	10.	23.30;	14.	12.00;
3.	1.09;	7.	19.15;	11.	6.20;	15.	11.35;
4.	4.56.	8.	17.02;	12.	16.15;	16.	24.02.

B. Translate the following into Swahili:
   1. They will sell the car tomorrow morning.
   2. I shall go to sleep at 10.30 p.m.
   3. She went home by bus at 12.25 p.m.
   4. We shall begin before 5 p.m.
   5. I shall have to repeat the exercise tomorrow.
   6. We shall leave tomorrow after breakfast.
   7. I told him to call me today at 9 p.m.
   8. He will not read the whole book today.

9. I have eaten two mangoes for supper.
10. The bus will come tomorrow morning at 7.45.
11. You answered in Swahili.
12. The Swahili lessons begin at 8 a.m.
13. We ate yesterday at 10 p.m.
14. The bus arrived at 12.30 p.m.
15. We will close the school on the 12.4.2000.
16. The shops in Nairobi close at 6 p.m.
17. The new trees will be planted on the 1.1.2001.
18. We eat breakfast at 8 a.m.

C. Tell the following time in Swahili and make sentences as shown in the example:

Example: Tulimaliza masomo jana saa nane kasoro dakika tano.

D. Give the negatives of the following:
1. Anaweza kusoma Kiingereza.
2. Mwalimu alikwenda shuleni.
3. Watoto wamelala saa nne leo asubuhi.
4. Mama anapenda chai.
5. Mtoto anaogelea vizuri.
6. Wanajaribu kuelewa.
7. Kibe anatafuta kazi mjini.
8. Anaandika barua kila wiki.
9. Wanakaa katika kijiji.
10. Juma anapenda kucheza mpira.
11. Mtoto amejisikia vizuri kidogo.
12. Unasema polepole.

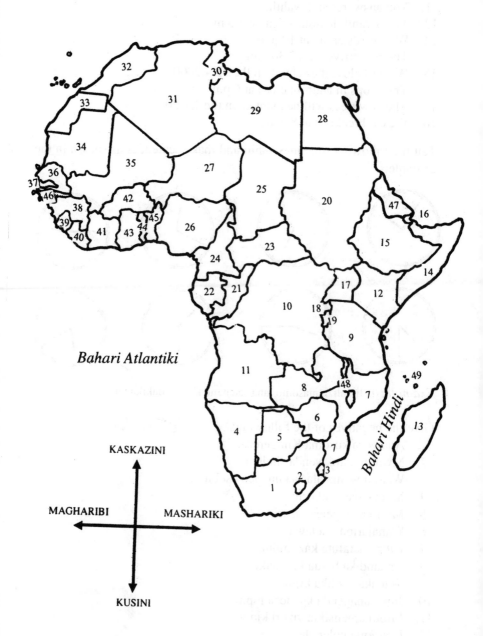

Bahari Atlantiki

Bahari Hindi

KASKAZINI

MAGHARIBI — MASHARIKI

KUSINI

98

NCHI ZA BARA LA AFRIKA

Nchi	Mji Mkuu
1. Afrika Kusini	Pretoria
2. Lesotho	Maseru
3. Swaziland	Mbabane
4. Namibia	Windhoek
5. Botswana	Gaborone
6. Zimbabwe	Harare
7. Msumbiji	Maputo
8. Zambia	Lusaka
9. Tanzania	Dar es Salaam/Dodoma
10. Jamhuri ya Kidemokrasia ya Kongo	Kinshasa
11. Angola	Luanda
12. Kenya	Nairobi
13. Madagaska	Tananarive
14. Somali	Mogadishu
15. Ethiopia	Addis Ababa
16. Djibuti	Djibuti
17. Uganda	Kampala
18. Rwanda	Kigali
19. Burundi	Bujumbura
20. Sudan	Khartoum
21. Kongo	Brazzaville
22. Gabon	Libreville
23. Afrika ya Kati	Bangui
24. Kamerun	Yaounde
25. Chad	N'Djamena
26. Nigeria	Lagos
27. Niger	Niamey
28. Misri	Kairo
29. Libya	Tripoli
30. Tunisia	Tunis
31. Algeria	Algiers
32. Moroko	Rabat
33. Sahara Magharibi	El Aiún
34. Mauritania	Nouakchott
35. Mali	Bamako
36. Senegal	Dakar

37. Guinea Bissau	Bissau
38. Guinea	Conakry
39. Sierra Leone	Freetown
40. Liberia	Monrovia
41. Cote d'Ivoire	Abidjan (Yamoussoukro)
42. Burkina Faso	Ouagadougou
43. Ghana	Accra
44. Togo	Lome˙
45. Benin	Porto Novo
46. Gambia	Banjul
47. Eritrea	Asmara
48. Malawi	Lilongwe
49. Komoro	Moroni

Exercise

Using the map of Africa, form similar questions and answers as shown below in different countries:

S. 1. Nambari moja ni nchi gani?
J. 1. Nambari moja ni Afrika Kusini.

S. 2. Afrika Kusini iko wapi?
J. 2. Afrika Kusini iko kusini ya Bara la Afrika.

S. 3. Nchi jirani za Afrika Kusini ni gani?
J. 3. Nchi jirani za Afrika Kusini ni Lesotho, Botswana, Namibia, Msumbiji, na Zimbabwe.

S. 4. Watu wa Afrika Kusini wanasema lugha gani?
J. 4. Watu wa Afrika Kusini wanasema lugha nyingi, lakini Kiingereza ni lugha rasmi.

S. 5. Je, Afrika Kusini iko kaskazini ya Namibia?
J. 5. La, Afrika Kusini haiko kaskazini ya Namibia, iko kusini ya Namibia.

S. 6. Je, Swaziland iko magharibi ya Afrika Kusini?
J. 6. La, Swaziland haiko kaskazini ya Namibia, iko mashariki ya Afrika Kusini.

S. 7. Je, Afrika Kusini iko karibu na kitu gani tena?
J. 7. Afrika Kusini iko karibu na bahari.

Exercise

A. Fill in the blanks using the map on page 98:
1. Mji mkuu wa .... ni Mogadishu.
2. Misri iko mashariki ya .... na kaskazini ya ....
3. Angola haiko mashariki ya bara la Afrika, iko ....
    .... ya Afrika.
4. Madagaska .... katika .... Hindi.
5. Ziwa .... liko katika Kenya, Uganda, na Tanzania.
6. Kinshasa ni mji mkuu wa ....
7. Mombasa .... pwani ya ....
8. Sudan .... katikati ya .... na ....
9. Nigeria iko .... ya bara la Afrika na mji mkuu wake ni
    ....
10. Afrika Kusini iko .... ya Afrika.
11. Afrika ya Kati iko .... ya bara la Afrika.
12. Accra ni mji mkuu wa .... bara la Afrika.
13. Kenya, Uganda na Tanzania .... katika ....
    ya bara la Afrika.
14. Kairo, Lusaka, Accra na Dar es Salaam ni ....
15. Watu wa Kenya na Tanzania wanasema lugha ya ....
16. Mji mkuu wa Algeria ni ....
17. Libya iko .... ya Afrika.
18. Majirani wa Cote d'Ivoire ni ...., ...,
    ...., ..., na ....
19. Tanzania kuna lugha nyingi, lakini .... ni lugha ya
    taifa.
20. Kiswahili ni lugha ya taifa katika .... na ....

B. Answer these questions in Swahili:
1. Namibia iko wapi?
2. Je, Tanzania iko magharibi ya bara la Afrika?
3. Ni nchi gani iko kusini ya Kenya?
4. Watu wa Somalia wanasema lugha gani?
5. Mji mkuu wa Uganda ni gani?

101

6. Je, Misri iko mashariki ya Libya?
7. Je, Lusaka iko wapi?
8. Ni nchi gani iko katika Bahari Hindi?
9. Kiswahili kinazungumzwa katika nchi gani?
10. Ni miji gani katika Kenya ambayo iko karibu na Bahári Hindi?
11. Mji mkuu wa Zaire ni gani?
12. Nani rais wa Tanzania?
13. Nigeria iko wapi?
14. Ethiopia iko karibu na nchi gani?
15. Ni nchi gani jirani za Afrika ya Kati?
16. Msumbiji iko wapi?
17. Ziwa Victoria liko wapi?
18. Mlima Kilimanjaro uko wapi?
19. Bahari ya Kati iko wapi?
20. Togo iko karibu na nchi gani?

Exercise

A. Answer the following questions in Swahili:
1. Jina lako nani?
2. Unatoka wapi?
3. Ulizaliwa wapi na lini?
4. Je, umeoa/umeolewa?
5. Una watoto wangapi?
6. Ulimaliza shule lini?
7. Wazazi wako wako wapi?
8. Kwa nini unajifunza Kiswahili?
9. Kenya iko wapi?
10. Mji mkuu wa Kenya ni upi?
11. Unasema lugha gani zingine?
12. Je, una ndugu wangapi?
13. Ndugu zako wako wapi na wanafanya nini?
14. Sasa ni saa ngapi?
15. Leo ni tarehe gani?

B. Translate the following into English:

Jina la mtoto wangu ni Shiko. Alizaliwa tarehe ishirini na tisa, mwezi wa nane, mwaka wa elfu moja mia tisa na themanini. Sasa ana umri wa miaka kumi. Anasoma katika shule ya msingi. Yuko katika darasa la tano. Mtoto wangu alizaliwa mjini Nairobi, Kenya. Sasa tunakaa Ujerumani na anazungumza Kijerumani, Kiingereza, Kiswahili, na Kikikuyu kidogo. Mtoto wangu Shiko alizaliwa Ijumaa usiku. Shiko anapenda sana kucheza na watoto wote, lakini hapendi kuishi Ujerumani. Anataka kwenda nyumbani Kenya. Anasema Kenya kuna joto, hakuna baridi kama Ujerumani. Sisi sote tunafurahia likizo yetu nyumbani.

C. Say the following in Swahili:

1. That your name is Ali Ramadhani and you come from Tanga.
2. That you are not married and you do not have children.
3. That you were born on the 26th of April, 1954.
4. That you are a doctor and you work in Tanga Hospital.
5. Numbers: 201, 385, 1004, 24, 43, 65, 74, 501, 1986, 1975.
6. That you do not speak English, but understand a little.

D. Translate the following into Swahili:

1.	5 potatoes	9.	2 schools
2.	23 children	10.	6 forks
3.	12 trees	11.	4 sisters
4.	1 chair	12.	2 pictures
5.	6 books	13.	5 oranges
6.	1 wall	14.	4 songs
7.	5 doors	15.	3 rooms
8.	202 farmers	16.	25 years

Exercise

A. Translate into Swahili:

1. One good doctor is going to Africa to work.
2. Three good doctors went to Africa to work.
3. One sweet fruit has fallen.
4. The big market has started.
5. One big fish died.
6. Four fat cooks have travelled.
7. Many visitors are staying in the hotel.
8. A strict teacher went to Nairobi.
9. Many children wrote many letters.
10. The journey will start tomorrow.

11. Many tall trees fell.
12. I will go to Tanzania next year.
13. We all love visitors.
14. Nuru sold her beautiful car.
15. The teacher likes to teach.

B. After translating the above sentences, change them into the negative.

C. Complete the following sentences by putting the correct prefixes for the adjectives and the verbs. Use any suitable tense.

1. Wakulima (-lima) shamba (-kubwa).
2. Walimu (-fundisha) wanafunzi (-ingi).
3. Mtoto (-soma) kitabu (-zuri).
4. Maji (-chemka).
5. Mpishi (-pika) chakula (-zuri) sana leo.
6. Magari (-ote) (-ondoka).
7. Nuru (-pokea) barua (-refu) sana.
8. Gari (-simama) barabarani.
9. Kikombe (-moja) (-vunjika).
10. Watoto (-kula) chakula (-tamu) jana.
11. Mahali hapa (-kauka) sana mwaka jana.
12. Mjini Nairobi (-kuwa na) watu wengi mwaka kesho.
13. Kitabu hiki (-kuwa na) kurasa nyingi sana.
14. Bwana Kitwana (-kuwa) mjini Tanga sasa.
15. Mwalimu wetu (-fundisha) lugha ya Kiswahili.

LESSON 24

OBJECT-INFIXES

So far we have learned how to make a sentence without an object. The rule has been subject-prefix + tense marker + verb root. If there is an object-infix, it is inserted between the tense marker and the verb root. A sentence like "I love Nuru" should be, in Swahili, "I love her Nuru"; "her" is the object-infix. Object-infixes are identical to subject-prefixes *except* for a few cases in the **M-Wa- class.**

The following are the object-infixes together with the subject-prefixes, to show the differences between them. The three object-infixes of the **M-Wa- class** that have been marked with an asterisk (*) are the only ones that differ from the subject-prefixes.

M-Wa-

Subject-prefix		Object-infix	
ni-	(I)	**-ni-**	(me)
u-	(you)	**-ku-***	(you)
a-	(he/she/it)	**-m(mw)-***	(him/her/it)*
tu-	(we)	**-tu-**	(us)
m-	(you pl.)	**-wa-***	(you pl.)
wa-	(they)	**-wa-**	(them)

Note:
Object-infix **-m-** becomes **-mw-** in front of a vowel, and the "it" here refers to an animal. It will be remembered that animals come under the **M-Wa- Watu class,** that is, the "People class".

M-Mi- Class

u-	(it)	**-u-**	(it)
i-	(they)	**-i-**	(them)

Ki-Vi- Class

ki-	(it)	**-ki-**	(it)
vi-	(they)	**-vi-**	(them)

Ma- Class

li-	(it)	**-li-**	(it)
ya-	(they)	**-ya-**	(them)

N-N- Class

-u-	(it)	**-u-**	(it)
zi-	(they)	**-zi-**	(them)

U- Class

i-	(it)	**-i-**	(it)
zi-	(they)	**-zi-**	(them)

Pa- Class

ku-	(it)	**-ku-**	(it)
m-	(it)	**-m- (-mw-)***	(it)
pa-	(it)	**-pa-**	(it)

*Again **-m-** becomes **-mw-** in front of a vowel.

Ku- Class

ku-	(it)	**-ku-**	(it)

Note:
Due to the similarity of some prefixes and infixes (e.g. the 2nd person singular in the **Watu class** is identical to the negative past tense **ku-** and the infinitive **ku-**; and the 2nd person plural and the third person plural are also identical), the position of those prefixes and infixes should be learned thoroughly to avoid confusion.

Example

M-Wa- Class

He loves **me**	—	**Ananipenda.**
I love **you** (sing.)	—	**Ninakupenda.**

I love **him/her/it**	—	Ninampenda.
He loves **us**	—	Anatupenda.
I love **you** (pl.)	—	Ninawapenda.
I love **them**	—	Ninawapenda.

Example

Ninampenda	= Ninampenda Nuru	(I love [**her**] Nuru.)
Ni	= **subject prefix**	(I)
na	= **present tense**	(do)
m	= **object-infix**	(her)
penda	= **verb root**	(love)

Positive and Negatives

Ninampenda Nuru	–	(I love [her] Nuru.)
Simpendi Nuru	–	(I do not love [her] Nuru.)
Nuru alikupenda	–	(Nuru loved you.)
Nuru hakukupenda.	–	(Nuru did not love you.)
Nimekinunua kitabu kile.	–	(I have bought [it] that book.)
Sijakinunua kitabu kile.	–	(I have not bought that book.)
Nilikukumbuka.*	–	(I remembered you.)
Sikukukumbuka.	–	(I did not remember you.)
Alimwambia.**	–	(He/she told him/her.)

* The infinitive is **ku** in **kukumbuka,** but the second **ku** is part of the verb root.

** The verb root **-ambia** begins with a vowel, therefore **-m-** becomes **-mw-**.

Note:
In other classes the subject-prefix is identical to the object-infix. However, the object-infixes in these classes identify the definite articles as well.

Other classes

He cut **this** tree badly	–	Aliukata mti huu vibaya.
He bought **that** book	–	Alikinunua kitabu kile.

He bought **these** mangoes here	–	Aliyanunua maembe haya hapa.
I love **this** place very much	–	Ninapapenda mahali hapa sana.
I wrote **it** (the letter)	–	Niliiandika (barua).
I cooked **it** (the food)	–	Nilikipika (chakula).

Note:

If there are two object-infixes in a sentence, e.g. "I wrote *him* (it) the letter", the personal object-infix is the only one taken in this case. We cannot have two object-infixes accompanying one verb. The second object appears as a noun.

Example

Nili**m**wandikia *barua.*   –   (I wrote him a letter.)

Mary ali**ni**pikia *chakula* kizuri.   –   (Mary cooked for me good food.)

(*not* nili**imwa**ndikia *nor* ali**kini**pikia chakula).

Note:

To avoid the confusion between the 2nd person plural object-infix **-wa-** and the 3rd person plural object-infix **-wa-,** the personal pronoun can be used. There is another ungrammatical way, which is the changing of the last vowel **-a** of Bantu verbs to **-eni** and in Arabic verbs the addition of a suffix **-ni,** where a 2nd person plural is intended. In many cases the sense of the sentence would tell you which one is intended. Therefore, no change is necessary.

Example

Niliwapeleka mjini jana can either mean "I took you (pl.) to town yesterday" or "I took them to town yesterday."

     Another way of saying the above would be:
Niliwapelek*eni* mjini jana, or **Niliwapeleka *ninyi* mjini jana.**

     But if the sentence is:
Niliwapeleka mjini jana na hamkunilipa (I took you to town yesterday and you did not pay me), in this case the intended object-infix is explained by the negative class prefix **ham-,** which indicates the second person plural. Therefore, no change is necessary here.

Monosyllabic verbs with object-infixes

The object-infix forces out the infinitive **ku-** which is normally maintained in the positive form of a monosyllabic verb.

Example

Paka ali**m**la panya.	—	(The cat ate the mouse.)
Mama ali**ku**pa pesa nyingi.	—	(Mother gave you [sing.] much money.)

(not ali**mku**la *nor* ali**kuku**pa.)

Note:

There are some transitive verbs which always have two parties involved. These verbs must always have object-infixes no matter which form they may be in. The following are some of them:

Example

kuambia	(to tell	— to tell whom?)
kuita	(to call	— to call whom?)
kupa*	(to give	— to give to whom?)

* This verb is also a monosyllabic. Therefore, it is never accompanied by the **-ku;** its object-infix is placed between the **ku-** and the verb stem.

Example

Nili**ku**ambia	—	(I told **you.**)
Wame**tu**ambia	—	(They have told **us.**)
Nita**m**wita kesho	—	(I will call **him/her** tomorrow.)
Ame**ni**pa kitabu	—	(He/She has given **me** a book.)
Ame**ku**pa kitabu	—	(He/She has given **you** a book.)
Nili**ku**pa kalamu	—	(I gave **you** a pen/pencil.)
Siku**ku**pa kalamu	—	(I did not give **you** a pen/pencil.)
Ninataka ku**ku**pa	—	(I want to give **you.**)

Exercises

A. Translate the following sentences into Swahili:
1. He saw the books in the bookshop.
2. We saw you (pl.) in the village on Sunday.
3. The children saw those two cats yesterday.
4. Mary did not see them on Monday, she saw them on Friday.
5. That man did not really love you.
6. He wrote that nice letter.
7. I cooked that nice meal.
8. We did not remember you (pl.).
9. You will tell us tomorrow.
10. He climbed that mountain.

B. Tafsiri sentensi hizi kwa Kiingereza:
1. Waliwapa barua mbili.
2. Mimi sikukupa pesa nyingi.
3. Tuliwaita lakini hawakutusikia.
4. Wanataka kunipa kitabu kizuri.
5. Wajerumani hawatupi msaada.
6. Walituambia habari hii jana.
7. Hawakuniambia habari zo zote.
8. Unaweza kunipigia simu kesho.
9. Hataki kukupa pesa.
10. Paka hakumla panya.

Reflexive object-infix

There is one reflexive object-infix for everything, that is **-ji-**. It means "myself"; "yourself"; "him-/her-/it- self"; "ourselves"; "yourselves"; "themselves"; and "oneself".

Example

Ninajipenda	—	(I love **myself.**)
Unajipenda	—	(You love **yourself.**)
Anajipenda	—	(He/she/loves **him/herself.**)
Mlango umejifunga	—	(The door has closed **itself.**)

110

Note:
There are some verbs which have a reflexive object-infix belonging to the verb root.

Example

kujifunza	—	(to learn; to teach oneself)
kujisikia	—	(to feel; to hear oneself)

Object-infixes and the prepositional form of the verb

Verbs in the prepositional form must always have an object infix. The prepositional form of the verb is used as shown below:

Example

Kupika	—	(to cook)
Kupik**ia**	—	(to cook for)
Ali**ni**pik**ia** chakula kizuri.	—	(He/She cooked for **me** nice food.)
Kuleta	—	(to bring)
Kulet**ea**	—	(to bring **for/to**)
Mtoto ataku**lea**tea maji.	—	(The child will bring [**for**] you water.)
Kuandika	—	(to write)
Kuandik**ia**	—	(to write **to/for**)
Nuru ame**ni**andik**ia** barua.	—	(Nuru has written [**to/for**] me a letter.)
Kusoma	—	(to read)
Kusom**ea**	—	(to read **for/to**)
Mama ali**tu**som**ea** hadithi.	—	(Mama read us [**to/for** us] a story.)
Kununua	—	(to buy)
Kununu**lia**	—	(to buy **for**)
Ni**li**wanunu**lia** watoto vitabu.	—	(I bought books for the children.)

Exercises

A. Translate the following sentences into Swahili:
1. I have seen your children today at the market.
2. We wrote (to) him two letters and he has not replied to us.
3. He bought these mangoes from this shop.
4. You (pl.) should eat it (the food).
5. I did good things for them.
6. They told us to visit them next week.
7. I gave you my pen and you did not return it (to me).
8. The girl cut herself with a knife.
9. The window did not close itself, I closed it.
10. He loves himself very much.
11. Our parents love us very much.
12. I did not see you yesterday; where were you?

B. Translate the following sentences into English:
1. Nimemrudishia kitabu chake.
2. Sijakuona siku nyingi; habari gani?
3. Mke wangu anajifunza Kiingereza katika Uingereza.
4. Vitabu hivi sivipendi.
5. Niliwaandikieni barua ndefu.
6. Samahani, mke wangu hakuwakumbukeni.
7. Musa anawapenda sana wazazi wake.
8. Ninaipenda sana lugha hii.
9. Hakukupa msaada jana, akupe leo.
10. Nilimwita, lakini hakunisikia.
11. Nilikisafisha chumba chako leo asubuhi.
12. Daktari alimtibu mgonjwa huyu vizuri sana.
13. Sizipendi nchi za Ulaya kwa sababu ya baridi nyingi.
14. Mgonjwa anajisikia vizuri sasa.
15. Amejiandikisha katika chama cha wanafunzi.
16. Mwambie mwalimu akufundishe vizuri.
17. Ninapenda kumwambia Mama habari zangu.
18. Sijaipata pasi yangu bado.
19. Ninataka kukisoma kitabu hiki vizuri.
20. Alikuandikia barua; je, uliipata?

112

LESSON 25

THE IMPERATIVES OR "ORDER FORMS"

There are two basic ways of giving an order in Swahili — the direct imperative or impolite form, and the indirect imperative or polite form. A third form, the subjunctive, will be dealt with later.

The direct imperative — the impolite form

The direct imperative is formed by simply dropping the infinitive **ku-**. In singular, it is very much similar to English, since the same procedure applies. If the English verb "to read" drops the "to", you get the order "Read!" In Swahili, if the infinitive verb **kusoma** (to read) drops the infinitive **ku-**, you get the singular order **Soma!** In the plural, the last vowel **-a** of verbs is replaced by **-eni.**

Example

Infinitive		Singular	Plural
kusoma	(to read)	Soma!	Someni!
kuuliza	(to ask)	Uliza!	Ulizeni!
kusaidia	(to help)	Saidia!	Saidieni!
kupika	(to cook)	Pika!	Pikeni!

Note:
One-syllable verbs do not drop the infinitive **ku-**. Rather, they retain it and follow the same rule as above.

Example

Infinitive		Singular	Plural
Kula	(to eat)	Kula!	Kuleni!
Kunywa	(to drink)	Kunywa!	Kunyweni!

Note:
The verbs which do not end with an **-a** take the additional **-ni** in the plural. The last vowel remains unchanged. Such verbs are of Arabic origin, and they end with an **e, i,** or **u.** Otherwise, they follow the same rule as above.

Example

Infinitive		Singular	Plural
kufurahi	(to be happy)	Furahi!	Furahini!
kuhesabu	(to count)	Hesabu!	Hesabuni!
kustarehe	(to relax)	Starehe!	Stareheni!

You can, of course, be polite by using the word "Tafadhali" (Please).

Example

Tafadhali soma kitabu!	(Please read the book!)
Tafadhali som**eni** kitabu!	(Please read [pl.] the book!)
Tafadhali kula chakula!	(Please eat the food!)
Tafadhali kul**eni** chakula!	(Please eat [pl.] the food!)
Tafadhali jaribu kufurahi!	(Please try to be happy!)
Tafadhali jaribu**ni** kufurahi!	(Please try [pl.] to be happy!)

The word **tafadhali** can also come at the end.

Exceptions:

There are three verbs which do not follow the above rule. They have their own rules but only as far as the positive direct imperative is concerned. However, the exceptions shown here do not apply to the other imperative constructions, which will be dealt with later.

Example

Infinitive		Singular	Plural
kuja*	(to come)	**Njoo!***	Njoo**ni**!*
kwenda	(to go)	**Nenda!**	Nend**eni**!
kuleta	(to bring)	**Lete!**	Let**eni**!

* Note:

This exception of using the imperative **Njoo/Njooni** is ignored in many places where Swahili is not spoken very much, but it is considered rude in spite of using the word "tafadhali" (please), and of course it is incorrect Swahili. Therefore, please use it as explained here.

Indirect imperatives — the polite form

As shown above, the direct imperative can only be used in ordering two persons, the 2nd person singular and plural. However, the indirect imperative can be used in ordering all persons. Where English words like "would", "could" or "should" occur, such sentences should be in the indirect imperative in Swahili. Sentences like "I should sleep", "Should I sleep?", "Would you sleep?", "The children should sleep", are indirect imperatives.

To construct an indirect imperative, we need a subject-prefix followed by the verb stem, and the last vowel **-a** of Bantu verbs should change to an **-e**.

Example

Kusoma (to read)

Singular	Plural	
Nisome!	Tusome!	(I/We should read.)
Usome!	Msome!	(You/You [sing./pl.] should read.)
Asome!	Wasome!	(He/She/They should read.)

Note:
Monosyllabic verbs follow the same rule without exception, that is, subject-prefix + verb root (without **ku-**), and changing the last vowel **-a** to an **-e.**

Example

Kula   (to eat)

Singular	Plural	
Nile!	Tule!	(I/We should eat.)
Ule!	Mle!	(You/You [sing./pl.] should eat.)
Ale!	Wale!	(He/She/They should eat.)

As you have noticed, the only letter remaining from the verb root here is "l". Therefore, the learner is advised to learn this rule very carefully, otherwise one would never be able to recognize this verb or work it out back to its infinitive. Even if the learner has memorized the word **kula,** it is obviously difficult to connect it with the above if the rule is not understood.

Arabic verbs also follow the same rule, but the last vowel does not change.

Example

Singular	Plural	
Nihesabu!	Tuhesabu!	(I/We should count.)
Uhesabu!	Mhesabu!	(You/You [sing./pl.] should count.)
Ahesabu!	Wahesabu!	(He/She/They should count.)

Note:

The verb **kuomba** (to beg) is normally used with the indirect imperative to make it even more polite. The present verb tenses **-na-** or **-a-,** which will be explained later, are mostly used with **kuomba** in this case.

The object infix can be used for the verb **kuomba** or avoided.

Example

Ninaomba/Naomba usome polepole.	(I beg that you read slowly.)
Ninakuomba/Nakuomba usome polepole.	(I beg you to read slowly.)
Ninaomba/naomba uende.	(I beg that you go.)
Ninakuomba/nakuomba uende.	(I beg you to go.)
Ninaomba/naomba unipe pasi yako.	(I beg that you give me your passport.)
Ninakuomba/nakuomba unipe pasi yako.	(I beg you to give me your passport.)
Tunaomba/twaomba utuonyeshe njia.	(We beg that you show us the way.)
Tunakuomba/twakuomba utuonyeshe njia.	(We beg you to show us the way.)

Negative Imperative

The negative form is the same for both the direct and indirect imperatives. One has to keep in mind that with the direct imperative you can only give an order to the 2nd person singular and plural. To form a negative imperative, we need a positive (*not* a negative) subject-prefix, followed by a negative sign **-si-,** and finally the verb root. The final vowel **-a** of a Bantu verb changes to an **-e.**

116

Direct Negative Imperative

Example

Positive		Negative	
Soma!	(read)	Usisome!	(do not read)
Someni!	(read [pl.])	Msisome*!	(do not [pl.] read)
Uliza!	(ask)	Usiulize!	(do not ask)
Ulizeni!	(ask [pl.])	Msiulize!	(do not [pl.] ask)

* We do not need the ending plural -eni here, since we have the subject-prefix.

Note:
Monosyllabic verbs follow the same rule, but the **ku-** that forms the infinitive is dropped out.

Example

Positive		Negative	
Kula!	(eat)	Usile!	(do not eat)
Kuleni!	(eat [pl.])	Msile!	(do not [pl.] eat)
Njoo (for "kuja")!	(come)	Usije*!	(do not come)

* This verb is no longer an exception. When constructing the negative we take the infinitive **kuja.**

Note:
Arabic verbs follow the same rule but the last vowel remains unchanged.

Example

Positive		Negative	
Hesabu!	(count)	Usihesabu!	(do not count)
Hesabuni!	(count [pl.])	Msihesabu!	(do not [pl.] count)

Indirect Negative Imperative

Please note that the negative construction as mentioned earlier is the same as the direct negative imperative.

Example

Positive		Negative	
Nisome!	(I should read)	**Nisi**some!	(I should not read)
Usome!	(You should read)	**Usi**some!	(You should not read)
Asome!	(He/She should read)	**Asi**some!	(He/She should not read)
Tusome!	(We should read)	**Tusi**some!	(We should read)
Msome!	(You [pl.] should read)	**Msi**some!	(You [pl.] should not read)
Wasome!	(They should read)	**Wasi**some!	(They should not read)

Note:
Monosyllabic and Arabic verbs follow the same rule as above, but the lost letter of an Arabic verb remain unchanged.

Example

Positive		Negative	
Nile!	(I should eat)	**Nisi**le!	(I should not eat)
Ule!	(You should eat)	**Usi**le!	(You should not eat)
Arudi!	(He/She should come back)	**Asi**rudi!	(He/She should not come back)
Tujibu!	(We should answer)	**Tusi**jibu!	(We should not answer)

The Indirect Imperative and the Object-Infix

The imperative can have an object-infix if required. The object-infix in a positive verb comes between the subject-prefix and the verb root. In the negative the object-infix comes between the **si** (negative sign) and the verb-root. The verb is treated as previously explained.

Example

Mtupikie chakula kizuri! (You [pl.] should cook for us a good meal).

Mary awapeleke watoto shuleni! (Mary should take the children to school).

Usimpe barua yake leo! (Do not give him/her his/her letter today).

Umwambie asikupe shida nyingi!   (You should tell him/her not to give you many problems).

Note:

The object-infix can also appear as a prefix, especially with the transitive verbs. This, however, is possible if the order is directed to 2nd person singular or plural. The English sentence "Give me the book" is understood to mean that the order is to a second person even though the word "you" is not in the sentence. It is the same in Swahili – **Nipe kitabu.** The -ni- is an object-infix (me) and the prefix **u-** for 2nd person is omitted.

In singular the last letter **-a** of a Bantu verb is replaced by an **-e**, while in the plural it is replaced by **-eni**. Arabic verbs get the addition of **-ni**.

Example

Nipe kitabu kile!	(Give me that book!)
Nipeni kitabu changu!	(Give [you, pl.] me my book!)
Jibu swali langu!	(Answer my question!)
Jibuni swali langu!	(Answer [you, pl.] my question!)
Fikiri sana!	(Think very much!)
Fikirini sana!	(Think [you, pl.] very much!)
Wasamehe wadeni wako!	(Forgive your debtors!)
Wasameheni wadeni wenu!	(Forgive [you, pl.] your debtors!)

Exercises

A.   Construct the imperative forms of the following infinitive verbs:

    (a) Direct (impolite) imperative, singular, plural, positive and negative;

    (b) Indirect (polite) imperative, all persons, positive and negative.

kuvaa	(to wear)	kusoma	(to read/study)
kupika	(to cook)	kwenda	(to go)
kuweka	(to put)	kuandika	(to write)
kusafiri	(to travel)	kula	(to eat)
kumaliza	(to finish)	kunywa	(to drink)
kutafuta	(to look for)	kuingia	(to enter)
kuketi	(to sit)	kusimama	(to stand/stop)
kuangalia	(to look at)	kujibu	(to answer)
kuuliza	(to ask)	kunyamaza	(to keep quiet)
kufunga	(to close)	kuja	(to come)

kusaidia	(to help)	kusema	(to say)
kuanguka	(to fall)	kuanza	(to begin)

B. Translate into Swahili:

1. Put on (wear) your shoes!
2. Finish your food now, please!
3. Do not drink alcohol, it is not good!
4. Do not write the letter again, please!
5. We should travel with the children!
6. You should look for a job elsewhere (another place)!
7. Come in (enter) and welcome!
8. He should read my letter!
9. Please sit (plural) over there!
10. Do not stop here!
11. Look on the table; you will see the knife there!
12. They should answer my question, not you!
13. Please do not come tomorrow!
14. You (plural) should close the door!
15. Keep quiet and go! Bye-bye!
16. Please give me your passport!
17. You should fill in the forms now!
18. Please come back after two weeks!
19. Please cook the food now, I am hungry!
20. I beg you to give me tea!

C. After translating the above sentences, change them into:

1. plural, if singular, or vice versa.
2. negative, if positive, and vice versa.

D. Say what these sentences mean:

1. Nunua kitabu hiki kizuri!
2. Msisome leo jioni!
3. Usiende kuogelea baharini leo!
4. Watoto wale chakula cha jioni sasa!
5. Usirudi usiku sana!
6. Usitusaidie leo, tusaidie kesho!
7. Safirini wiki kesho si wiki hii!
8. Aliniambia nisije leo nije kesho!

9. Umwambie apige simu leo usiku!
10. Tafadhali sema polepole!
11. Sikuelewa, tafadhali rudia!
12. Pikeni wali na nyama leo!
13. Mwambie mpishi apike ugali leo!
14. Utuletee matunda kutoka sokoni!
15. Laleni salama!
16. Wape wazazi wake salamu zangu!
17. Naomba pasi yako tafadhali!
18. Nenda ofisini leo!
19. Umwambie arudi kesho saa mbili!
20. Andika barua hii tena!

Conversation

Nuru meets a friend of the family of Mzee Shaka on her return to Tanzania, from Europe, where she studies. She is accompanied by a German friend, Jasmin.

Nuru: Shikamoo Mzee Shaka!

Mzee: Marahaba! Nani wewe? Alaa, Nuru mwanangu! Habari gani?

Nuru: Nzuri sana, Mzee Shaka. Habari za nyumbani?

Mzee: Nzuri sana asante, wote hawajambo. Umerudi lini?

Nuru: Tulifika jana usiku. Huyu ni rafiki yangu kutoka Ujerumani. Jina lake ni Jasmin.

Jasmin: Shikamoo!

Mzee: Marahaba! Unaongea Kiswahili? Vizuri sana. Karibu huku kwetu!

Jasmin: Asante.

Mzee: Nuru mwanangu, umerudi kabisa au umekuja likizo tu?

Nuru: Nimekuja likizo tu, Mzee.

Mzee: Mtarudi lini Ulaya?

Nuru: Baada ya wiki sita.

Mzee: Basi mna nafasi nyingi. Karibuni nyumbani. Bila shaka jamaa zangu watafurahi sana kukuona tena.

Nuru: Asante, waambie tutakuja leo jioni.

Mzee: Mtafika kama saa ngapi?

Nuru: Kama saa mbili za usiku.

Mzee: Haya, kwaherini mpaka leo jioni. Wape wazazi wako salamu zangu.

Nuru: Asante.

LESSON 26

THE PRESENT TENSE "-A-"

Apart from the present tense -na- which we have had so far, there is another present tense which is used mostly in spoken Swahili. It also takes the same position like other tenses (between the subject-prefix and the verb). It has the same meaning as the present tense -na-; it sounds poetic, and it is short. Therefore, it is also used in newspapers, songs, poetry, and proverbs.

This is how the "-a-" tense is formed in combination with the subject-prefix.

Example

"Watu" Class

ni + a = na	nasoma	(I read/I am reading)
u + a = wa	wasoma	(you read/you are reading)
a + a = a	asoma	(he/she reads/is reading)
yu + a = yua	yuasoma	(he/she reads/is reading)

or sometimes

tu + a = twa	twasoma	(we read/are reading)
m + a = mwa	*mwasoma	(you [pl.] read/are reading)
w + a = wa	wasoma	(they read/are reading)

* Note:
m- in front of a vowel becomes mw-.

M-Mi- Class

u + a = wa	waanguka	(it falls/is falling)
i + a = ya	yaanguka	(they fall/are falling)

Ki-Vi- Class

ki + a = cha	chaanguka	(it falls/is falling)
vi + a = vya	vyaanguka	(they fall/are falling)

Ma- Class

| li + a = la | laanguka | (it falls/is falling) |
| ya + a = ya | yaanguka | (they fall/are falling) |

N-N- Class

| i + a = ya | yaanguka | (it falls/is falling) |
| zi + a = za | zaanguka | (they fall/are falling) |

U- Class

| u + a = wa | waanguka | (it falls/is falling) |
| zi + a = za | zaanguka | (they fall/are falling) |

Pa- Class (place)

pa + a = pa	panukia vizuri	(it [definite place] smells/is smelling good.)
ku + a = kwa	kwanukia vizuri	(it [indefinite place] smells/is smelling good.)
m + a = mwa	mwanukia vizuri	(it [an inside place] smells/is smelling good.)

Ku- Class

| ku + a = kwa | kusoma kwaendelea | (the reading continues/is continuing.) |

Example

Mimi natoka mjini Kampala	(I come/am coming from Kampala city/town.)
Sisi twatoka Kampala	(We come/are coming from Kampala.)
Miti yaanguka sasa	(The trees fall/are falling now.)

Note:
The negative of the **"-a-" tense** is the same as that of the negative **"-na-" tense**. That is, the tense marker drops out and the last vowel **-a** of a Bantu verb changes to **-i.**

Example

Mimi sitoki Kampala	(I do not come from Kampala.)
Sisi hatutoki Kampala	(We do not come from Kampala.)
Miti haianguki sasa	(The trees do not fall now.)

Note:

The monosyllabic verbs drop their infinitive **ku-** in the positive also. Therefore, all verbs are treated the same in this case.

Example

Nala kistaftahi saa mbili.	(I eat/am eating breakfast at eight o'clock.)
Mary **yua**soma shule hii.	(Mary goes/is going to this school.)
Shule **ya**anza leo.	(The school begins/is beginning today.)

Exercise

Fill in the gaps using the **"-a-" tense** with the verbs provided below:

1. Watoto (kula) asubuhi baada ya kuamka.
2. Mvua (kunyesha) mwezi wa tatu au wa nne.
3. Kitabu hiki (kupotea) kila mara.
4. Simu (kulia) sana.
5. Mimi (kula) maembe sana.
6. Radio (kuleta) habari nzuri.
7. Shule (kuanza) leo.
8. Watoto wa shule ya msingi (kupewa) msaada na serikali.
9. Shamba la mwalimu (kulimwa) na wanafunzi.
10. Mlingoti huu wa umeme (kuanguka) kila mara.

LESSON 27

NARRATIVE TENSE "-KA-"

The narrative tense is used when telling a story or some past incident. The tense is used instead of repeatedly employing the tense **-li-**. The **"-ka-" tense** takes the normal place of a tense (between the subject-prefix and the verb root). The -ka- cannot begin a paragraph or a new sentence unless it is a continuation of the previous sentence. Instead, the **"-li-" tense** must always come in the first verb of a new paragraph or a new sentence and then the -ka- can follow with the following verb or verbs.

Example

Jana ni**li**kwenda sokoni, ni**ka**nunua mboga, matunda na vitu vingine, lakini ni**ka**sahau kununua nyama. Ni**li**kwenda nyumbani na baadaye ni**ka**kumbuka kwamba sikununua nyama.

(Yesterday I went to the market, I bought vegetables, fruits and other things, but I forgot to buy meat. I went home and afterwards I remembered that I did not buy meat.)

Note:

The **"-ka-" tense** is considered to be a strong tense, and therefore does not take the monosyllabic infinitive **ku-** like other positive tenses.

Example

Tu**li**kwenda kwenye mkahawa jana ni**ka**la chakula kibaya. Rafiki yangu *haku*taka chakula ambacho ni*li*agiza, kwa hivyo a**ka**la chakula kingine na a**ka**nywa mvinyo, nami ni**ka**nywa maziwa. Baadaye tu**ka**enda nyumbani kwa sababu sikujisikia vizuri.

(We went to a restaurant yesterday and I ate bad food. My friend did not want the food which I ordered, therefore he ate some other food and drank wine, and I drank milk. Afterwards we went home because I did not feel good well.)

125

The negative of the **"-ka-" tense,** which negative is **-ku-,** is the same as that of the **"-li-" tense** hence the **-ku-** in words such as **hakutaka** (as in the example given on the preceding paragraph.)

Example

Positive	*Negative*
*Ni*kasahau	*Si*kusahau
*Ni*kaenda	*Si*kuenda
*A*kafurahi	*Ha*kufurahi

Note:
This tense is mainly used in newspaper headings when explaining an action by 3rd person singular without using a subject-prefix. Therefore, the tense appears as a prefix and indicates that the action has already taken place.

Example

Mwizi Kashikwa na Polisi Baada ya Kuiba
(Robber/Thief Caught by Police After Stealing) (headline)

Rais Moi Kahudhuria Maonyesho Nakuru
(President Moi Attends Nakuru Exhibition) (headline)

Waziri Katoa Hutuba Pwani
(Minister Gives Speech at the Coast) (headline)

The **"ka" tense** does not take a relative infix. If the infix is needed, then the **"li" tense** must be used.

Example

Correct
Mtu ali*ye*lala ameamka   (The person who slept has awoken).
Mti uli*o*katwa ulianguka   (The tree that was cut fell).

Incorrect
Mtu ata*ye*lala ameamka.   (Avoid this!)
Mti uta*o*katwa ulianguka.   (Avoid this!)

Exercises

A. Read the following composition and use the verbs with the correct tense,
    either "**-li-**" or "**-ka-**".

Watoto wa shule ya msingi (kutayarisha) karamu ya kumwaga mwalimu
wao. Kwanza (kuandika) orodha ya vitu ambavyo (kuhitaji) na halafu
(kupanga) jinsi ya kuchangisha pesa. (kuandika) barua kwa wazazi na
(kuomba) msaada. Wazazi wote (kukubali) kuwasaidia watoto kufanya
karamu. Wazazi wengine (kutoa) mchango wa pesa na wengine (kujitolea)
kupika vyakula. Siku ya karamu (kufika) na watoto wote (kuja) shuleni.
Wote (kuvaa) vizuri na (kufurahi) sana. Watoto wengine (kufanya) michezo
na wengine (kuimba). Baada ya michezo na nyimbo, wazazi na watoto pamoja
na waalimu wote (kuketi) ili wale. Chakula (kuwa) kizuri, kwa hivyo wote
(kula) kwa furaha. Wazazi (kushukuru) waalimu pamoja na wanafunzi kwa
karamu hiyo nzuri na baada ya kula wote (kwenda) nyumbani.

B. **Tunga sentensi zako ukifuata mfano, kwa kutumia maneno
    uliyopewa.**

Kioo: (a)   Alikitafuta kioo chake; je, alikiona?
          (b)   Alivitafuta vioo vyake; je, aliviona?
*mtoto, mwalimu, daktari, mkate, mwiko, mti, kiatu, mahali, taa, mshumaa,
kiberiti, tunda, embe, shule, basi, teksi, kitabu, jibu, kiko, picha, chuma,
hoteli.*

C. Complete the following sentences using the tense **-ka-** with the words in
    parenthesis:

    1.   Nilifanya mtihani (kufaulu).
    2.   Nilisikia habari katika redio (kuelewa).
    3.   Alimwona msichana mzuri (kupenda).
    4.   Walikunywa pombe (kulewa).
    5.   Walipata ajali (kulazwa) hospitali.
    6.   Matunda yalioza (kutupwa).
    7.   Musa alipata kazi Dodoma (kwenda) huko.
    8.   Walifanya mashindano ya mpira (kushinda).
    9.   Nilitafuta kazi (kupata).
    10. Nilipoteza mizigo yangu (kupata) baadaye.

D. Change the following sentences into the negative form:
1. Mama aliwapeleka watoto kutembea.
2. Mariamu atayaleta matunda kutoka shule kesho.
3. Sisi tulivirudisha vitabu vya shule jana.
4. Maria aliipoteza kalamu yangu niliyoinunua.
5. Mwalimu alieleza masomo ambayo yalikuwa rahisi.
6. Wanafunzi watamsikiliza mwalimu akifundisha.
7. Kisu hiki kilimkata mtoto kidole.
8. Mzee amenunua gari zuri.
9. Maji yaliharibu shamba letu lote.
10. Kufuli lilifunga mlango vibaya.
11. Fundi aliishona nguo yangu vizuri.
12. Wazazi walizungumzia mambo ya watoto wao.
13. Baba alilifikiria sana jambo lile.
14. Fundi huyu aliijenga nyumba yetu.
15. Mvua iliharibu mimea ya watu wote.

LESSON 28

THE "HU-" TENSE

This is another present tense, which is used for something one usually does (as a habit). Unlike other tenses, it is a prefix which does not take the subject-prefix of any class. The **"hu-" tense** is placed in front of the verb root. Since there is no subject-prefix, the verb with **hu-** cannot begin a sentence. It has to be preceded by "personal pronouns" (**mimi, wewe, yeye,** etc), by "demonstratives" (**huyu, hawa, kile,** etc.), or by the noun itself.

One should not confuse the **"hu"** tense with the negative subject-prefix of the 2nd person singular **M-Wa- class** which is also a **hu-** prefix. Observe the rules given before on the negative subject-prefixes carefully.

Example

"Hu" tense

Mtoto **hu**soma (hu + soma) kila siku	(The child reads everyday).
Huyu **hu**soma kila siku	(This one reads everyday).
Yeye **hu**soma (hu + soma) kila siku	(He/She reads everyday).
Mvua **hu**nyesha mwezi huu	(The rain falls this month).

*Negative subject-prefix for the 2nd person singular **M-Wa- class:***

Wewe **hu**somi kila siku	(You do not read everyday).
Wewe **hu**li sana	(You do not eat very much).

Note:
The **"hu-" tense** is considered a strong tense. Therefore, it does not take the infinitive **ku-** of the monosyllabic verbs like other positive tenses:

Example

Mtoto **hula = hu + la**   (from the verb **kula**)
   (The child eats.)

Mtoto **hunywa** maziwa saa tatu (from the verb **kunywa**)
   (The child drinks milk at nine o'clock.)

The negative of the "hu-" tense is the same as that of the "-na-" tense. This means that it takes the negative subject-prefix, no tense sign, and the last vowel -a of the Bantu verb changes to -i.

Example

Positive "-hu-" tense	Negative "-hu-" tense
Mimi **hu**lal*a*	Mimi **si**lal*i*
Mtoto **hu**lal*a*	Mtoto **ha**lal*i*
Sisi **hu**som*a*	Sisi **hatu**som*i*
Shule **hu**fungw*a*	Shule **hai**fungw*i*
Machungwa **hu**uzw*a*	Machungwa **haya**uzw*i*

Note:

The "hu-" tense does not take a relative infix. If the infix is needed, the "-na-" tense must be used.

Passage for Reading

Nuru Kitwana anasoma katika Chuo Kikuu cha Koloni. Yeye **hu**amka saa moja asubuhi. Baada ya kuoga na kuvaa nguo, yeye **hu**la chakula cha asubuhi, halafu **hu**chukua vitabu vyake na **hu**enda chuoni. Chuo hakiko mbali sana na nyumbani kwake. Masomo **hu**anza saa mbili na nusu asubuhi, na kipindi cha asubuhi **hu**isha saa sita mchana. Nuru **hu**la chakula cha mchana katika mkahawa wa chuo. Baada ya chakula cha mchana, yeye pamoja na rafiki zake **hu**enda kutembea kidogo, au **hu**pumzika. Kipindi cha mchana **hu**an_a saa nane na **hu**isha saa tisa na nusu. Nuru **hu**enda nyumbani na **hu**pika chaku!a cha jioni. Baada ya kula chakula cha jioni, yeye **hu**fanya kazi za chuo halafu **hu**enda kulala.

Exercise

Using the "hu" tense, write a short passage on an event which happens every day.

LESSON 29

THE PRESENT PARTICIPLE "-KI-"

A verb used as a participle takes the tense marker -ki-. This -ki- is always found in the second verb of a sentence. A participle in Swahili is in other words a continuous action done in tenses other than the present tense. A sentence like "he saw me reading" has two verbs — "to see" and "to read". "To see" is in past tense to indicate when the action was going on, and "to read" is in continuous form. In Swahili, the same procedure applies, and the continuous form is indicated by the "-ki-" tense, which takes the same position as other tenses, i.e. between the subject-prefix and the verb root.

Example

Aliniona nikisoma	(He saw me reading).
Hakuniona nikisoma	(He did not see me reading).
Tutakuwa tukicheza	(We will be playing).
Hatutakuwa tukicheza	(We will not be playing).
Wamekuwa wakifanya kazi	(They have been working).
Hawajawa wakifanya kazi	(They have not been working).

Note:
The -ki- is a strong tense and therefore does not take the monosyllabic infinitive ku-.

Example

Nilimwona akilia	(I saw him/her crying).
Alikuwa akinywa chai	(He/She was drinking tea).

The "ki-" conditional tense

Unlike the above -ki- for present participle, the conditional tense -ki- appears in the first verb. It means "if" or "when".

The "-ki-" conditional tense is for future implication. Therefore, a verb with a -ki- conditional tense is usually accompanied or followed by another verb in future tense or the imperative. The conditional -ki- takes the same position as other tenses.

131

Example

Ukisoma kitabu hiki vizuri, utajua Kiswahili.
(If you read this book well, you will know Swahili.)

Ukifika mjini, **nipigie** simu.
(If you arrive in town, call me on the phone.)

Ukilala, nitakwenda.
(If you sleep, I will go.)

Note:
The word **kama** ("if" or "when") can precede verbs with the **"-ki-" conditional tense** to stress the condition.

Example

Kama ukisoma kitabu hiki vizuri, utajua Kiswahili.
(If at all you read this book well, you will know Swahili.)

Kama ukifika mjini, nipigie simu.
(If at all you arrive in town, call me on the phone.)

Kama ukilala, nitakwenda.
(If at all you sleep, I will go.)

Note:
Monosyllabic verbs drop their infinitive syllable **ku-** when used with the tense **-ki-**.

Example

Ukila, ulale.
(If you eat, you should sleep.)

Ukiwa na pesa, **m**saidie maskini   (this **m** is the object-
                                                  infix "him/her").
(If you have money, help [him/her] the poor person.)

132

Exercises

A. Translate the following sentences into Swahili:
1. They will not be eating.
2. He has been writing a letter.
3. You saw me coming home yesterday.
4. The children were doing an examination yesterday.
5. I will be working on Sunday afternoon.
6. We were eating at 2.30 p.m. on Saturday.
7. He was not drinking alcohol.
8. We did not see them playing football.
9. He was not giving me any help.
10. I will be going to church every Sunday.

B. Translate the following into English:
1. Nikipoteza pesa za mama, atanipiga.
2. Nikienda kazini kesho, nitakupigia simu.
3. Watoto wakimaliza kula, walale.
4. Ukifika mjini Nairobi, ijulishe ofisi ya uhamiaji.
5. Ukinywa pombe, usiendeshe gari.
6. Nisipomtembelea mama yangu Krismasi hii, hatafurahi.
7. Watoto walikuwa wakicheza mpira Jumamosi.
8. Sikuwa nikila ulipopiga simu.
9. Viazi vikiiva, wapakulie watoto.
10. Wageni wasipokuja leo, watakuja kesho.
11. Ukinywa dawa hii, bila shaka utapona.
12. Nitakuwa nikisafisha chumba changu saa tatu, kwa hivyo siwezi kuona filamu ambayo itaonyeshwa leo katika T.V.
13. Machungwa yasipokuwa machungu, nitayala.
14. Mtihani tuliokuwa tukifanya jana haukuwa mgumu.
15. Kitabu hiki kikiwa kizuri, nitaweza kujifunza Kiswahili.

C. Translate the following into Swahili:
1. If you arrive in Nairobi, please call me.
2. If your sister comes, give her my greetings.

3. If the bus arrives, I will travel by it.
4. If the plane lands on time, they will come to the meeting.
5. If my letter arrives, bring it to me please.
6. If I get the car, I will come to your house this evening.
7. If she finishes eating, she will write the letter.
8. If the teacher comes, tell her to see me.
9. If we see them, we will tell them the news.
10. If you get well, you should go to work.

Negative conditional "-sipo-"

The negative conditional tense sign for **-ki-** is **-sipo-**. This negative tense sign does *not* take the negative subject-prefix and is positioned between the positive subject-prefix and the verb stem.

Monosyllabic verbs maintain the **ku-** when used with the negative conditional tense **-sipo-**. As you may have noticed, the positive and the negative forms of this conditional tense behave completely contrary to the other tenses where monosyllabic verbs are concerned.

Example

U**sipo**soma kitabu hiki vizuri, hutajua Kiswahili.
(If you do not read this book well, you will not know Swahili.)

U**sipo**fika mjini, usinipigie simu.
(If you do not arrive in town, do not call me.)

U**sipo***ku*la, usilale.
(If you do not eat, do not sleep.)

U**sipo**kuwa na pesa, usimsaidie maskini.
(If you do not have money, do not help the poor person.)

The present conditional tense sign "-nge-"

The previously mentioned conditional tense, as we already know, is only for future implication. We have another conditional tense for the present, that is **-nge-,** which means "would" or "if". A verb with this tense is usually followed or preceded by another verb, also in the conditional form.

Example

Ni**nge**jua ni**nge**kuambia.
(If I knew, I would tell you.)

Wa**nge**pendana wa**nge**oana.
(If they loved each other, they would marry [one another].)

Note:
Monosyllabic verbs maintain the **ku-**.

Example

Mtoto a**nge***ku*la, a**nge**lala.
(If the child were to eat, he/she would sleep.)

U**nge**kwenda mjini, u**nge**nunua vitu vingi.
(If you were to go to town, you would buy many things.)

Exercises

A. Tafsiri sentensi hizi katika Kiingereza:

1. Asiporudi leo, atarudi wiki kesho.
2. Tusipofanya haraka, tutachelewa.
3. Asiponiandikia, sitamwandikia pia.
4. Basi lisipofika sasa, bila shaka hatutaondoka leo.
5. Maembe yasipoiva, hatutayala.
6. Mahali pasipokuwa pazuri, hatutakaa sana.
7. Chakula kisipokuwa kitamu, sitakila.
8. Sitakwenda kazini nisipojisikia vizuri.
9. Safari itavunjika tusiposafiri sasa.
10. Sitaelewa usiponieleza vizuri.

B. Translate the following into Swahili:

1. If she would know, she would tell them.
2. If the trees were old, they would be cut down.
3. If I were old, I would know many things.

135

4. If the letters were written, they would be gone by now.
5. If I were to eat, I would sleep.
6. If I were you, I would sleep now.
7. If the book were good, I would buy it.
8. They would sell the house, were it big.
9. If she were married, she would get children.
10. We would harvest a lot of maize, were it to rain.

Negative "-singe-"

The negative of **-nge-** is **-singe-**. This tense also does not take the negative subject-prefix. It takes the same position as other tenses. The arrangement is **subject-prefix + negative "-singe-" + verb root.**

Example

Nisingejua, nisingekuambia.
(If I did not know, I would not tell you.)

Wasingependana, wasingeoana.
(If they did not love each other, they would not marry.)

Note:
Monosyllabic verbs also maintain the **ku-** in this case.

Example

Mtoto asingekula, asingelala.
(If the child were not to eat, he/she would not sleep.)

Usingekwenda mjini, usingenunua vitu vingi.
(If you were not to go to town, you would not buy many things.)

The past conditional "-ngali-"

The past conditional sign is **-ngali-** and the negative is **-singali-**. The rules are the same as for the present conditional **-nge-**.

Example

Positive

Ni**nga**lijua, ni**nga**likuambia.
(If I had known, I would have told you.)

Wa**ngali**pendana, wa**ngali**oana.
(If they had loved each other, they would have married.)

Mtoto **angali**kula, **angali**lala.
(If the child had eaten, he/she would have slept.)

Negative

Ni**singa**lijua, ni**singa**likwambia.
(If I had not known, I would not have told you.)

Wa**singali**pendana, wa**singali**oana.
(If they had not loved each other, they would not have married.)

Mtoto **asingali**kula, **asingali**lala.
(If the child had not eaten, he/she would not have slept.)

Exercises

A. Translate the following into Swahili:

   1. If she would not know she would not tell you.
   2. If the trees were not old, they would not be cut down.
   3. If I were not old, I would not know many things.
   4. If the letters were not written, they would not be gone by now.
   5. If I were not to eat, I would not sleep.
   6. If I were you, I would not sleep now.
   7. If the book were not good, I would not buy it.
   8. They would not sell the house were it not big.
   9. She would not get children were she not married.
   10. If it were not to rain much, we would not harvest a lot of maize.

B. Translate and change these sentences into the past conditional tense, positive and negative:

   1. If she would know, she would tell them.
   2. If the trees were old, they would be cut down.

3. If I were old, I would know many things.
4. If the letters were written, they would be gone by now.
5. If I were to eat, I would sleep.
6. If I were you, I would sleep now.
7. If the book were good, I would buy it.
8. They would sell the house, were it big.
9. If she were married, she would get children.
10. We would harvest a lot of maize, were it to rain.

Mixture

The conditional tense can be used in conjunction with another conditional tense, positive or negative, past or present, depending on the context.

Example

Mtoto **angali**kula, **ange**lala — (past + present).
(If the child had eaten, he/she would sleep.)

Ungalikwenda mjini, **unge**nunua vitu vingi — (past + present).
(If you had gone to town, you would buy many things.)

U**singali**lala, **ungali**ona filamu — (Neg. past + Pos. past).
(If you had not slept you would have seen the film.)

Ningekuita, ungalikuja — (present + past).
(If I were to call you, you would have come.)

Dialogue

(Musa na Sifa ni majirani. Wao wanasoma katika shule moja. Wanakaa katika kijiji kimoja pia. Wote wametumwa sokoni kununua vitu. Wanakutana njiani.)

Musa:	Hujambo Sifa?
Sifa:	Sijambo Musa. Unakwenda wapi?
Musa:	Naenda sokoni. Mama amenituma.
Sifa:	Mimi pia. Mama amenituma kununua samaki.

Musa:	Nimetumwa kununua matunda na sukari.
Sifa:	Je, leo mtacheza mpira?
Musa:	Ndiyo, tutacheza leo saa kumi na moja.
Sifa:	Alaa, vizuri. Basi nikimaliza kazi za shule nitakuja kuwatazama mkicheza.
Musa:	Mimi sikujua kwamba unapenda kutazama mchezo wa mpira.
Sifa:	Napenda sana. Mama asiponituma bila shaka nitakuja.
Musa:	Haya karibu. Tunashukuru kupata watazamaji wengi.
Sifa:	Mashindano ya mpira yatakuwa lini?
Musa:	Yatakuwa mwezi ujao. Je, dada yako Nuru bado anakuandikia barua?
Sifa:	Ndiyo, nimepata barua yake wiki jana, lakini bado sijamjibu.
Musa:	Ukimjibu mpe salamu zangu.
Sifa:	Bila shaka. Lakini ukitaka kumwandikia mwenyewe ninaweza kukupa anwani yake.
Musa:	Ah, msalimu tu. Mimi (ni) mvivu sana wa kuandika barua.
Sifa:	Haya nitamsalimu. Kwaheri mpaka leo jioni.
Musa:	Kwaheri Sifa. Usisahau basi kuja mpirani.

Exercise

Translate the following into Swahili:

1. If she would know, she would have told you.
2. If the trees were not old, they would not have been cut down.
3. If I were you, I would not have slept.
4. If I would have been a Muslim, I would not be called Mary.
5. She would not have got children were she not married.
6. If the book would have been bad, I would not have bought it.
7. If I would have eaten, I would not sleep.
8. If the car would have been new, it would not have stopped.
9. If the school were good, the children would go there.
10. They would not have come were we not here.

LESSON 30

THE SUBJUNCTIVE

After learning how to conjugate a verb in indirect imperative, it should not be difficult to get along with the subjunctive. The subjunctive is very closely related with the indirect imperative. However, the indirect imperative refers to an order or command, while the subjunctive refers to a request or a suggestion like "Would you...?, Should I ...?, May I...?, Am I to ...?, Let me ..." etc. There is a question marker at the end of such sentences if it is a question; otherwise the sentence is usually formed the same way as the order.

Example

Ulale sasa, tafadhali.	(Would you sleep now, please.)
Nipike wali leo?	(Should I cook rice today?)
Nipike wali leo.	(I should cook rice today = an order [Ind. Imp.]
Je, nikuulize swali?	(May I ask you a question?)
Nafikiri nikuulize swali.	(I think I should ask you a question = an order.)
Nikupe chai?	(Am I to give you tea?)
Nikupe chai tu.	(I should give you only tea = an order.)
Tumpeleke mtoto hospitali?	(Should we take the child to hospital?)
Tumpeleke mtoto hospitali.	(Let us take the child to hospital = a suggestion; or We should take the child to hospital = an order.)

Note:

Sentences indicating intention or purpose, such as those having the words "in order that ..., so that ..., in order to ..." are constructed in the same way. The word **ili** (in order to) should be used in front of a subjunctive, in this case to stress intention or purpose, particularly if the subjunctive begins the sentence.

Example

Niliamka mapema **ili** nianze safari. *or*	(I got up early in order to start the journey).
Ili nianze safari, niliamka mapema.	(In order that I should start the journey I woke up early).
Tuliondoka saa tisa (**ili**) tuwahi basi. *or*	(We left at three in order to be on time for the bus).
Ili tuwahi basi, tuliondoka saa tisa.	(In order that we should be on time we left at three).

Note:
The following obligation or suggestion words are also followed by a subjunctive verb. All these obligation words, except **yafaa,** can be preceded by the verb **ni** (to be), which is normally omitted. However, the negative **si** (not to be) is the only negative sign in the sentence; therefore it should not be omitted like in the positive form.

(ni) **lazima**	([is] a must)
(si) lazima	([is] not a must)
(ni) **sharti**	(also meaning "must", but mostly used in songs and poems; "lazima" is more commonly used.)
(ni) **afadhali**	([it is] better; [it is] preferable)
(ni) **bora**	([it is] best; also used to mean "better")
(ni) **heri**	([it is] advantageous; it is a blessing)
yafaa	([it is] suitable, from the verb **kufaa**)

The first two obligation words mean more or less the same thing, while the rest of the words on the list are interchangeable.

Example

Mwambie ni **lazima** aje.	(Tell him it is a must that he comes.)
Mwambie *si* **lazima** aje.	(Tell him it is not a must that he comes.)
Mwambie ni **sharti** aje.	(Tell him it is a must that he comes.)
Mwambie *si* **sharti** aje.	(Tell him it is not a must that he comes.)
Mwambie ni **afadhali** aje.	(Tell him it is better that he comes.)
Mwambie ni **afadhali** a*si*je.	(Tell him it is better that he does not come.)

Mwambie (ni) bora aje.	(Tell him it is best that he comes.)
Mwambie (ni) heri aje.	(Tell him it is an advantage that he comes.)
Mwambie yafaa aje.	(Tell him it is suitable that he comes.)

Note:

Kubidi (to be obligatory/be necessary). A verb infinitive used for expressing an obligation done at all times, particularly in tenses other than the present. The subject prefix is always *impersonal* and is taken from the **N-N- class,** hence the use of prefix **i-** and never **zi-** (*i*nabidi, not *z*inabidi.) Mostly, it takes the object infix of the obligated object, but this is not always necessary.

Example

Ili*ni*bidi niende Bonn jana.	(I had to go to Bonn yesterday.)
Ili**bidi** niende Bonn jana.	(It obligated me to go to Bonn yesterday.)
Ita*tu*bidi tuende Lusaka kesho.	(We will have to go to Lusaka tomorrow.)
Ita**bidi** tuende Lusaka kesho.	(It will behove us to go to Lusaka tomorrow.)

Two direct commands

A sentence with two direct commands like "Tell him to read the letter" should read in Swahili, "Tell him he should read the letter." The first verb can be either in the direct or the indirect imperative, but the second verb must be in the indirect imperative and not in the infinitive like in English. For example, "Tell him to read the letter" should be **Mwambie asome barua** (*not* **Mwambie kusoma barua**).

Example

Njoo nikupe chai.	(Come so that I give you tea.)
Nenda ulale.	(Go and sleep.)
Mwite ale.	(Call him so that he may eat.)

Exercises

A. Tafsiri sentensi hizi kwa Kiingereza:

1. Tuondoke kesho.
2. Waambie watoto, ni bora wasilale sasa.
3. Afadhali tuandike barua zile haraka.
4. Nipe nikupe.
5. Tusiende mjini kesho; twende Jumamosi.
6. Lazima nisome kitabu hiki vizuri, ili niseme Kiswahili kizuri.
7. Ilibidi nihame nyumba yangu kwa sababu ilikuwa ndogo sana.
8. Waambie lazima wafike kesho saa sita kamili.
9. Afadhali tule sasa.
10. Heri uzima/afya kuliko mali.

B. Translate the following:

1. Would you close the door, please.
2. Let the guests help you with the work.
3. You should not buy ten kilos of potatoes; buy five kilos.
4. What should I give the children to eat today?
5. How can I help you?
6. Tell her it is better that she goes.
7. We must travel next month.
8. I will have to work next weekend.
9. It is better that you tell me in order that I should help you.
10. Come in order that I should help you (pl.).

C. Fill in the suitable form of the verb:

1. Nilikuita ili .... (saidia mimi).
2. Watoto walikula haraka ili .... (kwenda) kucheza.
3. Nisingalijua .... (kutoambia wewe) jana.
4. Afadhali .... (kutoanza sisi) safari leo.
5. Lazima .... (wao kwenda Ulaya) ili .... (soma siasa).
6. Mwambie mpishi .... (kupa wewe) chakula kizuri.
7. Barua hizi lazima .... (andikwa).
8. Nikimaliza kazi .... (kwenda) nyumbani.
9. Nikila lazima .... (lala).
10. Nisipopona .... (kutokwenda) kazini.

143

LESSON 31

RELATIVES

Relatives are words like "who", "whom", "which", "where", "how", and "when", when referring to a subject which has already been mentioned, e.g "the teacher *who* came yesterday". These words are in the form of syllables which are either suffixes (at the end of words) or infixes (in the middle of words). The relative must be used in Swahili where it can be avoided in English. The words "the book he read yesterday" should read in Swahili "the book *which* he read yesterday".

Relative syllables vary with the noun they refer to. Relative syllables are much related to subject-prefixes (especially in the form of genitives) but they always end with an -o except in the singular of the **m-wa- class,** which ends with a **-ye.** There are, however, many rules in forming a relative clause, but the easiest way of using a relative is with the word **amba-** where a relative syllable is added onto this word. In this case, the verb is not interfered with. The word **amba-** appears before the verb which needs a relative, but should never begin a sentence.

Relative syllables are as follows:

	Singular	*Plural*
M-Wa- Class	ye (all persons)	o (all persons)
M-Mi- Class	o	yo
Ki-Vi- Class	cho	vyo
(Ji-) Ma- Class	lo	yo
N-N- Class	yo	zo
U- Class	o	zo
Pa- Class		
Definite place	po	po
Indefinite place	ko	ko
Inside place	mo	mo
Ku- Class	ko	(no plural)

Examples with "amba-"

M- Wa- Class

Mtoto **ambaye** anasoma
barua anatoka Kisumu.

(The child who is reading the letter
comes/is coming from Kisumu.)

Watoto **ambao** wanasoma
barua wanatoka kisumu.

(The children who are reading the letter
come/are coming from Kisumu.)

M- Mi- Class

Mti **ambao** unaitwa
mbuyu uko Afrika.

(The tree which is called a baobab
is in Africa.)

Miti **ambayo** inaitwa
mibuyu iko Afrika.

(The trees which are called baobabs
are in Africa.)

Ki- Vi- Class

Kitabu **ambacho** alikisoma
jana ni kizuri.

(The book which he/she read yesterday
is good.)

Vitabu **ambavyo** alivisoma
jana ni vizuri.

(The books which he/she read
yesterday are good.)

(Ji-) Ma- Class

Chungwa **ambalo** amenunua
si zuri.

The orange he/she has bought is not
good.)

Machungwa **ambayo**
amenunua si mazuri.

(The oranges which he/she has bought
are not good.)

N- N- Class

Shule **ambayo** itajengwa
ni ya serikali.

(The school which will be built
belongs to the government.)

Shule **ambazo** zitajengwa
ni za serikali.

(The schools which will be built
belong to the government.)

U- Class

Uwanja wa mpira
ambao umejengwa ni mkubwa.

(The football field that has
been constructed is big.)

Nyanja za mpira
ambazo zimejengwa ni kubwa.

(The football fields that have
been constructed are big.)

Pa- Class

Pahali **ambapo** pana
utengamano pana amani.

(The place [definite] that has
orderliness has peace.)

Mahali **ambako** kuna
utengamano kuna amani.

(A place [indefinite] which
has orderliness has peace.)

Mahali **ambamo** mna
utengamano mna amani.

(A place [inside location] which
has orderliness has peace.)

Ku- Class

Kuimba **ambako** kulisikiwa
kulikuwa kuzuri.

(The singing that was heard was good.)

As you have noticed, **amba-** can take any tense without interfering with
the verb, and that is why it is considered easy to learn.

Examples of Relative Infixes:

M-Wa-

-ye-	-o-	
Mimi ninay**e**anguka;	Wao wana**o**anguka	(I who is falling; we who are falling).
Wewe unay**e**anguka;	Ninyi mna**o**anguka	(You/you who is/are falling).
Yeye anay**e**anguka;	Wao wana**o**anguka	(He/She who is falling; They who are falling).

M-Mi-

-o-	-yo-	
Mti una**o**anguka.	Miti inay**o**anguka	(A tree which is falling; Trees which are falling).

Ki-Vi-
  -cho-   **-vyo-**
Kitabu kina**cho**anguka;   Vitabu vina**vyo**anguka.   (The book/s which is/are falling)

(Ji-) Ma-
  -lo-   **-yo-**
Daraja lina**lo**anguka;   Madaraja yana**yo**anguka. (The bridge/s which is are falling)

N-N-
  -yo-   **-zo-**
Ndege ina**yo**anguka;   Ndege zina**zo**anguka.   (The plane/s which is/are falling/crashing)

U-
  -o-   **-zo-**
Ukuta una**o**anguka;   Kuta zina**zo**anguka   (The wall/s which is/are falling)

Pa-
  -po-
Mahali pana**po**anguka.   (The place which is falling)

Ku-
  -ko-
Kulima kuna**ko**endelea.   (The farming which is going on)

Exercise

Translate the following using **amba-:**
1.   The house which you see over there is mine.
2.   The mangoes which I bought were very sweet.
3.   The children who have come do not want to eat.
4.   The teacher who will teach comes from Malawi.
5.   The trees which were in his farm are mango trees.
6.   The car which I bought was a Toyota.
7.   The book which she is reading is very good.
8.   The place which we saw was very big.
9.   I read the letter which she wrote.
10. The wall which fell last year has been built again.

Note:

The relative can be infixed in the verb, but there are many rules to this. The relative is placed between tense sign and object-infix or verb root (where no object is needed). Please note the following points carefully:

1. The **-me-** tense does not take the relative infix. Therefore, one must use **amba-**.
2. The future tense **-ta-** becomes **-taka-** with a relative infix.
3. A negative verb cannot take a relative infix. Therefore **amba-** again has to be used, with the exception of the present tense. Therefore the infix of a relative syllable is only possible with the tenses **-li-**, **-ta(ka)-** and **-na-**.

Example

Kitabu ali**cho**kisoma* jana ni kizuri.   (The book which he read yesterday is good.)

* **Alichokisoma**	= **A**	= subject-prefix (he/she) **m-wa- Class**
	-li-	= simple past tense.
	-cho-	= relative (**ki-vi-**) "which" (the book)
	-ki-	= object-prefix sing. (**ki-vi-**) "it" (the book)
	-soma	= verb root "read"

Mtoto ana**ye**soma barua anatoka Kisumu.	(The child who is reading the letter comes/is coming from Kisumu.)
Miti ina**yo**itwa mibuyu iko Afrika.	(The trees which are called baobabs are in Africa.)
Shule zitaka**zo**jengwa ni za serikali.	(The schools which will be built belong to the government).
Mtoto **ambaye** amesoma (*not* **ameye**soma) kitabu ni wangu.	(The child who has read the book is mine.)

Note:

The other way of using a relative is at the end of a verb root. This is called the "general relative" and is for present implication, but there is no tense sign if the relative comes at the end of a verb root. The verb root comes after the subject-prefix and the relative is added to it. If it is a monosyllabic verb, the **ku-** drops out.

Example

Vitabu asoma**vyo** ni vizuri.

(The books which he/she reads/is reading are good.)

Mtoto asoma**ye** barua anatoka Kisumu.

(The child who is reading/who reads the letter comes from Kisumu.)

Miti iitwa**yo** mibuyu iko Afrika.

(The trees which are called baobabs are in Africa.)

Mwanamume ala**ye** (*not* akulaye) mkate ni ndugu yangu.

(The man who eats bread is my brother.)

Exercise

Translate these sentences into Swahili, using the general relative:

1. The house which you see over there is mine.
2. The mangoes which I buy are very sweet.
3. The children who come do not want to eat.
4. The teacher who teaches comes from Malawi.
5. The trees which he plants on his farm are mango trees.
6. The car which I drive is a Toyota.
7. The book which she reads is very good.
8. The man whom we see now is very big.
9. The letter that I read is good.
10. The man who builds walls is my brother.

Note:
The general relative is not very often used except in cases like "coming month", "next year", "next week", etc. Remember that the verb **kuja** is monosyllabic and therefore drops the **ku-**.

Example

Mwaka ujao tutakwenda safari.

(The year which is coming we shall go on a journey [next year].)

Tutafanya mtihani wiki ijayo.

(We shall do [sit for] an examination the week which is coming [next week].)

Atakuja mwezi ujao.

(He will come the month which is coming [next month].)

149

The Negative Relative

The negative verb in present, perfect, past and future tenses, with a relative is formed with amba-, in which case the verb is negated as usual without any other change. However, there is a possibility of changing a verb with a relative (as an infix) in the present tense into negative. The subject prefix remains positive, followed by the -si- as a negative sign, followed by the relative syllable and finally the verb root. If an object infix is needed, then it is placed between the -si- and the verb root. This negative form of present tense is used a lot in proverbs, songs, etc. since it is short.

Example

Kitabu **usicho**kisoma ni kizuri. (The book which you are not reading is good).

Mtoto **asiye**soma barua anatoka Kisumu. (The child who is not reading the letter comes from Kisumu.)

Asiyesikia la mkuu huvunjika guu. (He/she who does not listen to the older person breaks the [big] leg.)

Note:
Nevertheless, the **amba-** can be used instead of the above negative, as well as with all other negative tenses, as mentioned before:

Example

Kitabu amba**cho** hukisomi ni kizuri. (The book which you are not reading is good.)

Mtoto amba**ye** hasomi barua anatoka Kisumu. (The child who is not reading the letter comes/is coming from Kisumu.)

Mtu amba**ye** hasikii la mkuu huvunjika guu. (A person who does not listen to the older one breaks the [big] leg.)

Shule amba**zo** hazitajengwa si za serikali. (The schools which will not be built do not belong to the government.)

Mtoto amba**ye** si hodari ni wa Juma. (The child who is not clever is Juma's.)

Exercise

A. Tafsiri sentensi hizi kwa Kiingereza:

1. Nitarudi mwaka ujao baada ya masomo.
2. Wageni wajao wanatoka Ulaya.
3. Kitabu asomacho si kizuri sana.
4. Mahali nifanyapo kazi pana miti mingi.
5. Daraja lijengwalo litakuwa kubwa sana.
6. Mwalimu asomeshaye watoto hawa ameondoka.
7. Mlima uitwao Kilimanjaro uko Tanzania.
8. Wiki ijayo itakuwa wiki ya tatu ya mwezi.
9. Watalii wajao wataondoka baada ya wiki hii.
10. Mtoto ataanza shule mwaka ujao.

B. Tafsiri sentensi hizi kwa Kiingereza:

1. Safari waliyokwenda ilichukua wiki tatu.
2. Habari zinazozungumzwa ni za siasa.
3. Wapishi watakaopika chakula hawajafika bado.
4. Chumba nilichokaa hakikuwa safi.
5. Mahali tutakapoishi ni pazuri mno.
6. Gari ambalo alilinunua lilikuwa langu.
7. Kisu kikatacho nyama si kikali.
8. Chakula ambacho umeagiza ni kitamu.
9. Rais aliyechaguliwa hana masomo wala maarifa.
10. Kahawa inayosafirishwa na Kenya ni nzuri sana.

C. Change the following sentences into negative without **amba-**.
Example: Kitabu anachosoma — Kitabu asichosoma.

1. Machungwa anayoyanunua ....
2. Mgeni anayekuja ....
3. Shule inayofunguliwa ....
4. Mali anayopata ....
5. Mahali panapojengwa ....
6. Sisi tunaowafundisha ....
7. Wao wanaotupenda ....
8. Mume anayewajali watoto ....
9. Kikombe kinachovunjika ....
10. Wazazi wanaotupenda ....

The relative with "to be" in present tense

The relative can be used with the present form of the verb "to be" as a suffix, but the present form **ni** ("to be") changes to **-li-** (as an infix) and it can then take the subject-prefix. We already know that the present form **ni** takes neither the subject-prefix nor the tense sign. This is probably the reason for this change. The **"-li-"** is now the verb-root for "to be". A sentence like "I who am a teacher" would be, in Swahili, **Mimi niliye mwalimu.**

Example

Unaweza kuchukua kitabu kili*cho* changu.	(You can take the book which is mine.)
Mtoto ali*ye* hodari ni wa Juma.	(The child who is clever is Juma's.)
Shule zili*zo* mbaya zitafungwa.	(The schools which are bad will be closed.)

The negative form of "to be" with the relative

The negative verb "to be", which is **si,** does not change. The **si** remains as a verb root and follows the same procedure as above.

Example

Unaweza kuchukua kitabu kisi*cho* changu.	(You can take the book which is not mine.)
Mtoto asi*ye* hodari ni wa Juma.	(The child who is not clever is Juma's.)
Shule zisi*zo* mbaya hazitafungwa.	(The schools which are not bad will not be closed.)

The relatives of time and manner

There are two other special relatives: "the relative of time", which is **-po-**; and "the relative of manner", which is **-vyo-**. These two relatives do not refer to any class but only to "when" (time) and "how" (manner), respectively. The first one is identical to the **Pa- Class** relative syllable **-po-** (definite) and the second one to the **Ki-Vi- Class** plural relative syllable **-vyo-**. It is obvious that these two relatives can cause some confusion, because they take the same position as the other relative syllables. Therefore, it is advisable that whenever the relative of **"place"** has to be used, the word **"mahali"** should always accompany it if there is nothing else in the sentence to indicate place. The same procedure should be followed if the relative is relating to "how". The **-vyo-** should be preceded by the word **jinsi** (how), unless the context is clear.

Example

Nilipofika Nairobi nilifurahi sana.
(When I arrived in Nairobi, I was very happy.)

Atakapomaliza shule ataanza kazi.
(When he finishes [will finish] school he will start work.)

Exercises

A. Translate the following sentences into Swahili:

  1. The fruits which are sweet are mangoes.
  2. The dictionary which is good is not here.
  3. The schools which are big are in town.
  4. The child who is sick is in hospital.
  5. Those who are old know all matters.
  6. The teacher who is strict will go.
  7. The letter which is good is this one.

B. Make your own relative sentences using the words given:

  1. Mtoto (kulia) _____ kulala.
  2. Daktari (kutibu) _____ ana ujuzi sana.
  3. Mwezi (kupita) _____ kuwa mzuri.
  4. Shamba (kulimwa) _____ kubwa sana.
  5. Jirani (kuishi) _____ karibu na nyumba yetu ni Mzungu.
  6. Kamusi (kuwa) _____ kitabu kueleza maneno mapya.
  7. Samaki (kununua) _____ kuwa wabaya.
  8. Kitabu (kusoma) _____ kuwa kizuri.
  9. Shule (kufungwa) _____ kuwa za serikali.
  10. Mahali (kuishi) _____ si pazuri.

C. Translate the following sentences:

1. When he arrived we all left.
2. When he writes, I will reply to him.
3. He knows how he will arrive there.
4. When you sleep, I will write my letters.
5. When he told us the story, we were very happy.
6. I do not know how I will arrive there.
7. Whenever he comes, he brings us bananas.

LESSON 32

THE VERB ENDING

There are different derivations for verbs in Swahili. These are made from the verb infinitive. These derivations are made at the end of the verb, and they all change the verb into a normal Bantu verb in case it was previously Arabic, or monosyllabic. In constructing them, there are no more exceptions or different rules since they are all made into Bantu verbs. There are many rules to this effect, but they are similar in every derivation. One can learn the various verbs anew, but it is more advisable to learn the following methods:

A. Passive form

In forming a passive verb, we insert a **-w-** before the final **-a** of a Bantu verb.

Example

Infinitive		*Passive form*	
kuandika	to write	kuandik**wa**	(to be written)
kuanza	to start	kuanz**wa**	(to be started)
kucheza	to play	kuchez**wa**	(to be played)
kupika	to cook	kupik**wa**	(to be cooked)
kusoma	to read	kusom**wa**	(to be read)

Note:
The verbs which have a double vowel take a different version, because if the normal rule were followed, the passive form could not be heard clearly in spoken Swahili. Therefore, we insert **-liw-** or **-lew-** before the final **-a** of Bantu verbs. The previous vowel (the vowel before the last **-a**) is considered when deciding whether to insert **-liw-** or **-lew-**. If the previous vowels were **a, i** or **u** we insert **-liw-**. If the previous vowels are **e** or **o** we insert **-lew-**. This rule applies to all derivations.

Example

Infinitive		*Passive*	
kuzaa	(to bear/give birth)	kuza**liwa**	(to be born)
kufagia	(to sweep)	kufagi**liwa**	(to be swept)

kupindua	(to overturn)	kupinduliwa	(to be overturned)
kupokea	(to receive)	kupokelewa	(to be received)
kutoa	(to remove)	kutolewa	(to be removed)

Exercise

A. Change these sentences into the passive form:
1. Juma aliandika barua hii.
2. Watoto walicheza mchezo mbaya.
3. Mwalimu alisoma kitabu hiki kizuri.
4. Mama huyu alizaa mtoto huyu.
5. Mpishi huyu alipika chakula hiki kitamu.

B. Change the above sentences into the negative passive.

Arabic verbs

Where Arabic verbs end with an -i or -u, these vowels are replaced by -iwa, and the verbs ending in an -e become -ewa. Verbs of Arabic origin with a double-vowel ending in -au have -liwa added to these vowels.

Example

Infinitive		Passive form	
kuajiri	(to employ)	kuajiriwa	(to be employed)
kuhubiri	(to preach)	kuhubiriwa	(to be preached to, on)
kutafsiri	(to translate)	kutafsiriwa	(to be translated)
kufahamu	(to understand)	kufahamiwa	(to be understood)
kuharibu	(to damage)	kuharibiwa	(to be damaged)
kujaribu	(to try)	kujaribiwa	(to be tried)
kudharau	(to despise)	kudharauliwa	(to be despised)
kusahau	(to forget)	kusahauliwa	(to be forgotten)

Monosyllabic verbs

Only a few monosyllabic verbs can take the passive form, because otherwise they would not make any sense. The ones which take the passive have their own rule. As mentioned earlier, these verbs are no longer monosyllabic because the verb stems now have two syllables.

finitive	*Passive form*	
*ı*la	kuli**wa**	(to be eaten)
*ı*nywa	kunywe**wa**	(to be drunk out of)
*ı*pa	kupe**wa**	(to be given)

*ı*te:

passive verb is usually followed by conjunction **na** (by) if it is a person *ı*ho did the action, and **kwa** if it is an object which caused the action.

xample

*ı*iti ilipandwa **na** wanafunzi.   (The trees were planted **by** the students.)
*ı*arua iliandikwa **kwa** mashini. (The letter was written **by** the machine.)

xercise

*ı*anslate the following into Swahili:

1. The man was not employed here.
2. The letter was written by the German Embassy.
3. The letter was not translated by the German Embassy.
4. The tree was planted by the teacher.
5. The food was eaten by the guests.
6. The children were not born last year.
7. The teacher was married by that man. (Remember that "married by" is the acceptable form in Swahili.)
8. I was born during Mau Mau time.
9. African food is eaten a lot in Europe.
10. I was given the money by my father.

Prepositional verb ending

*ı*here are some verbs which can take a prepositional form at the end. The *ı*dings are **-ia, -ea, -lia,** and **-lea,** and these verbs do not need any other *ı*reposition. These verbs are the ones that need the prepositions "for", "on", *ı*t" and "to". A verb like **kuandika**, if used like "to write to", should be *ı*uandikia. These verbs should also be accompanied by the object-infix. The *ı*les are similar to the rules on passive verbs. The ending **-ia** replaces the last *ı*owel **-a** of Bantu verbs if the previous vowels are **a, i,** and **u.** The ending **-ea** *ı*places the last vowel **-a** if the previous vowels are **e** or **o.**

Example

Infinitive		Prepositional verb	
kupanda	(to plant)	kupandia	(to plant for/at)
kuandika	(to write)	kuandikia	(to write to/for)
kutuma	(to send)	kutumia	(to send to; also means to u
kusoma	(to read)	kusomea	(to read for/to)
kusema	(to speak)	kusemea	(to speak for/at)

Note:
If the verb has a double-vowel at the end, then -li- or -le- is inserted betwe
the two vowels. Again, if the previous vowels are **a, i** or **u**, then -li- is insert
and if the previous vowels are **e** or **o**, then -le- is inserted.

Example

Infinitive		Prepositional verb	
kupakua	(to dish)	kupakulia	(to dish out for)
kupokea	(to receive)	kupokelea	(to receive for)
kuzaa	(to bear)	kuzalia	(to bear a child for
kutoa	(to take)	kutolea	(to take out for)
kutia	(to speak)	kutilia	(to put in for)

Note:
Arabic verbs ending with -i, -e becomes -ia and are treated as Bantu ver
since they now have the ending **a.**

Example

Infinitive		Prepositional verb	
kurudi	(to come back)	kurudia	(to come back for/through; to repea
kujaribu	(to try)	kujaribia	(to try for)

Exercise

Translate the following into Swahili:
1. They wrote us a long letter.
2. I read the book to the children.
3. She cooked for us a very nice meal.

. The preacher preached to us a lot of things.
. They translated the letter for us.
. He transported the luggage for us.
. They served the food to us.
. He wants to repeat the exercise.
. They send us the children on holidays.
. I will read you the letter.

Causative verbs

e endings "-isha", "esha", "iza" and "eza"

nother ending of the verb is the causative form. The endings are -isha,
ha, iza and -eza, and these are placed at the end of a verb. As mentioned
rlier, one can learn these verbs anew, but it is much easier to learn how to
rm them from the verb root. For example, if you *cause* an action to happen,
en the action shoud be in causative form. Let us take the verb **kula.** If you
use somebody to eat, the verb will be changed to **kulisha,** which is "to
d" in English, a completely different verb from "to eat". Again -isha or
ha is inserted depending on the previous vowel.

Some verbs take -iza or -eza. There are not many verbs which take this
rm and one has to learn them, since there is no rule as to why they take
se endings. Mostly, the verbs ending in double-vowels take the -z- between
m, but not always. Arabic verbs follow the same rule.

xample

finitive		*Causative form*	
ıla	(to eat)	**kulisha**	(to feed)
ıhama	(to move out)	**kuhamisha**	(to cause to move out; to deport)
ıandika	(to write)	**kuandikisha**	(to cause to write; to register)
ırudi	(to come back)	**kurudisha**	(to return something/ somebody)
ıpenda	(to love)	**kupendeza**	(to cause to love; to attract)
ıenda	(to go)	**kuendesha**	(to cause to go; to drive)

Note:

The causative verb can be derived from words of other parts of speech, lik adjectives, obligation words, nouns, etc.

Example

laini	(soft; smooth)	kulainisha	(soften; smoothen)
lazima	(must; obligation)	kulazimisha	(force)
bahati	(luck)	kubahatisha	(gamble; try one's luck

D. Reciprocal verb ending

Ending "-na"

The reciprocal verb shows an action done by two parties to each other. Thi action is formed from the verb infinitive by the mere addition of **-na** to a Bantu verbs. The Arabic verbs with the ending **-i** and **-u** become **-iana** and th ending **-e** gets the additional suffix **-ana**. A verb like "to fight" would b translated in Swahili "to beat one another". Therefore, the verb **kupiga** (t beat) becomes **kupigana.**

Example

Infinitive		*Reciprocal*	
kuona	(to see)	kuona**na**	(to see each other)
kusaidia	(to help)	kusaid**iana**	(to help each other)
kupiga	(to fight/beat)	kupiga**na**	(to fight/beat each othe
kufahamu	(to know)	kufaham**iana**	(to know one another)
kuahidi	(to promise)	kuahid**iana**	(to promise one anothe
kusamehe	(to forgive)	kusamehe**ana**	(to forgive one another

Exercises

A. Change the following words into the causative form:

1.	kufika	_____	6.	laini	_____
2.	kwenda	_____	7.	kuchoka	_____
3.	kukopa	_____	8.	kula	_____
4.	kuanguka	_____	9.	kurudi	_____
5.	kusoma	_____	10.	tayari	_____

3. Translate the following sentences into Swahili using the causative verb form:

1. Please return my book tomorrow.
2. The mother is feeding her child.
3. He is preparing himself for the journey.
4. He was lent money by the bank.
5. He drove his car in the village.
6. We were taught by these teachers.
7. That school is very attractive.
8. They moved us to the village.
9. He registered himself in the KANU party.
10. We were forced to travel by bus.

C. Put these words into the reciprocal form:

1. kujua	_____	6.	kuua	_____
2. kufuata	_____	7.	kusamehe	_____
3. kufundisha	_____	8.	kurudi	_____
4. kusaidia	_____	9.	kuoa	_____
5. kufahamu	_____	10.	kuona	_____

D. Translate the following sentences into Swahili:

1. We shall see each other tomorrow.
2. We did not help each other much.
3. They love each other very much.
4. All the students will meet today afternoon.
5. They got married last year.
6. We do not know each other very well.
7. They went back to each other again.
8. We should forgive one another.
9. Please do not (you, pl.) fight.
10. They have left each other.

E. Stative verb endings

Endings "-ika" and "-eka"

The stative verb ending is similar to the English ending of the verbs "-able", e.g. "eatable", and sometimes almost the same as passive action, that is not caused by anybody or anything. For example, the sentence "the cup is broken" does not explain who or what caused it to break, but only the result. This is, in

161

Swahili, the stative form and is formed from the infinitive verb. The last let
-a of a Bantu verb is replaced by either **-eka** or **-ika,** again depending on
previous vowel, as explained before. Therefore, the English sentence abo
would be **kikombe kimevunjika,** from the verb **kuvunja,** to break. We can
use the present tense **-na-** here because the action has already happened, her
the **-me-** tense.

Example

Infinitive		*Stative*	
kufunga	(to close)	kufung**ika**	(to be closeable)
kukata	(to cut)	kukat**ika**	(to get cut)
kuharibu	(to spoil)	kuharib**ika**	(to get spoilt/damaged)
kujibu	(to answer)	kujib**ika**	(to be answerable)

Note:
Verbs with a double-vowel at the end take **-lik-** or **-lek-** between the vowel
If the verb is of Arabic origin, it needs the addition of **-lika** after the la
vowel.

Example

Infinitive		*Stative*	
kuchagua	(to choose)	kuchagu**lika**	(to be chooseable)
kununua	(to buy)	kununu**lika**	(to be buyable/purchasable
kusahau	(to forget)	kusahau**lika**	(to be forgotten/forgettable

Verb derivations

A verb can have more than one derivation at the end.

Example

kuandika	*Infinitive*	(to write)
kuandik**iana**	*infin. + prep. + reciprocal*	(to write to one another)
kuandik**ishwa**	*infin. + caus. + passive*	(to be registered/to cause to be written)
kuandik**ishana**	*infin. + caus. + recip.*	(to register one another)
kuandik**ishiana**	*infin. + caus. + preposition + recip.*	(to register for one another)

a niliandika barua.	(Yesterday I wrote a letter.)
na na mimi tunaandikiana barua.	(Juma and I write to one another.)
ru aliandikishwa na baba yake ika shule ya msingi.	(Nuru was registered by her father in a/the primary school.)
u Mau walipigania uhuru wa Kenya.	(The Mau Mau fought for the independence of Kenya.)
uru wa Kenya ulipiganiwa Mau Mau.	(The independence of Kenya was fought for by the Mau Mau.)
ama cha Kanu kilianzishwa bla ya Uhuru.	(The Kanu party was founded before Independence.)

erb derivation chart

'erb root	Passive	Prepositional	Causative	Reciprocal	Stative
ndika	andikwa	andikia	andikisha	andikana	andikika
nza	anzwa	anzia	anzisha	anzana	anzika
heza	chezwa	chezea	chezesha	chezana	chezeka
unga	fungwa	fungia	fungisha	fungana	fungika
bu	jibiwa	jibia	jibisha	jibiana	jibika
pa	lipwa	lipia	lipisha	lipana	lipika
a*	olewa*	olea*	oza	oana	oleka*
enda	pendwa	pendea	pendeza	pendana	pendeka
iga	pigwa	pigia	pigisha	pigana	pigika
ika	pikwa	pikia	pikisha	pikana	pikika
amehe	samehewa	samehea	samehesha	sameheana	sameheka
aa	zaliwa	zalia	zalisha	zaana	zalika

Note:

iw- -lew- (passive) and -li- -le- (preposition) are inserted between the double owel endings, i.e. oa=olewa; loa=olea. (See the explanation on each erivation!)

Exercise

A. Put the following verbs in the stative form:

1. kusahau _____
2. kuvunja _____
3. kubadili _____
4. kuandika _____
5. kuvunja _____

6. kujibu _____
7. kukata _____
8. kununua _____
9. kuchagua _____
10. kuziba _____

B. Translate the following:

1. The cup got broken.
2. The book is not readable.
3. The door was not closeable.
4. It is not possible.
5. The house was destroyed.

C. Make sentences using the following verbs given in different derivation to show that you understand the meaning:

1. kurudi, kurudisha, kurudishwa, kurudia, kurudishiwa.
2. kula, kuliwa, kulisha, kulishwa, kulishiwa.
3. kuandika, kuandikwa, kuandikia, kuandikisha, kuandikishwa, kuandikika, kuandikiana.
4. kupenda, kupendwa, kupendeka, kupendeza, kupendana.
5. kuenda, kuendesha, kuendeshea, kuendeshwa, kuendesheka.

LESSON 33

THE INFINITIVE "KU-" AND MONOSYLLABIC VERBS

The monosyllabic verbs have many rules as to where the infinitive **ku-** is maintained and where it drops out. For a beginner, it is very difficult to get along with these rules. Therefore, the following list might help you know where the infinitive **ku-** is maintained and where it drops.

Note:
The infinitive **ku-** of a monosyllabic verb is maintained in the following *positive* tenses:

Simple present and continuous tense	—	**-na-**
Perfect tense	—	**-me-**
Simple past tense	—	**-li-**
Future tense	—	**-ta-**

Example

Nuru a*na***ku**la sasa.
Nuru a*me***ku**la saa sita.
Nuru a*li***ku**la jana.
Nuru a*ta***ku**la saa kumi na mbili.

Note:
The negative of the above tenses, as shown below, drops the infinitive **ku-** *with the exception of the future tense.* It probably maintains the **ku-** because its tense marker does not change like other tenses in the negative:

Simple present and continuous	—	**-na-**	drops out but the last vowel of Bantu verbs changes to **i.**
Perfect tense	—	**-me-**	changes to **-ja-**
Simple past tense	—	**-li-**	changes to **-ku-**
Future tense	—	**-ta-**	remains **-ta-**

Example

Nuru ha**li** sasa.   (negative simple present/present continuous tense)

Nuru hajala saa sita.   (negative perfect tense)
Nuru hakula* jana   (negative past tense)
Nuru hatakula saa kumi na mbili.   (negative future tense)

Do not mistake the **-ku-** here for the infinitive **ku-**.

Note:
In the imperative direct form, the infinitive stays, but it drops out in the indirect positive and negative. In the subjunctive, it also drops in the positive and the negative.

Example

	Singular	*Plural*
Direct imperative	**ku**la	**ku**leni
Indirect imperative	ule	mle
Negative direct/indirect	usile	msile
Subjunctive	nije	tuje
Subjunctive negative	nisije	tusije

Note:
If the above positive sentences must have an object-infix, then the infinitive **ku-** drops. The object-infix forces the monosyllabic infinitive out.

Example

Nuru ana**ki**la* chakula sasa.   (* **-ki-** here is the object-infix "it" for food)
Nuru ame**ki**la chakula saa sita.
Nuru ali**ki**la chakula jana.
Nuru ata**ki**la chakula saa kumi na mbili.

Note:
With regard to the above rule, the transitive verb **kupa,** which must always be accompanied by the object-infix, is never found with the **ku-**. Even if the verb **kupa** must be used in the infinitive, it will still be separated from the root by the object-infix.

Example

Ameni**pa** chakula **jana.**
Alitaka **kuni**pa chakula jana.

The following tenses are considered strong and therefore drop the infinitive **ku-** of monosyllabic verbs:

The present tense	**-a-**	—	na**la**	(the negative of this tense is the same as that of **-na-**).
The narrative tense	**-ka-**	—	ni**ka**la	(the negative of this tense is the same as that of **-li-**).
The habitual tense	**-hu-**	—	**hu**la	(the negative of this tense is the same as that of **-na-**).
The present participle	**-ki-**	—	nilikuwa ni**ki**la (no negative).	
The conditional tense	**-ki-**	—	ni**ki**la.	

The negative of **-ki-** which is **-sipo-**, unlike other tenses, maintains the infinitive **ku-**, e.g. Ni**sipoku**la.

Note:
The other conditional tenses maintain the **-ku-** in the positive and the negative.

Example

Present conditional	**-nge-**	ninge**ku**la.
Past conditional	**-ngali-**	ningali**ku**la.
Present conditional negative	**-singe-**	nisinge**ku**la.
Past conditional negative	**-singali-**	nisingali**ku**la.

Exercises

A. Change the following into the negative form:

1. Mtoto anakula chakula.
2. Juma alikula wali jana.
3. Mwalimu amekuja leo.
4. Watoto wale chakula cha asubuhi sasa.
5. Mimi nililila tunda langu jana.
6. Wageni wala sasa.
7. Ningalikula ningalilala.
8. Nikija leo nitakuambia.
9. Mzee atakuja kesho.
10. Kula chakula hiki tafadhali.

B. Change these words into the negative forms:

1. anakula   _____
2. alikula   _____
3. wamekuja _____
4. wale   _____
5. akiwa   _____

6. nala   _____
7. tuje   _____
8. tungalikuwa _____
9. hula   _____
10. nikaja   _____

LESSON 34

THE VERB CONSTRUCTION ORDER

Example

(a) Kupika
    (to cook)

| Ku | = | infinitive (to) |
| **-pika** | = | verb root (cook) |

(b) Ninapika
    (I am cooking)

Ni	=	subject-prefix 1st person **m-wa-class** (I)
-na-	=	present verb-tense marker (am)
-pika	=	verb root (cook)

(c) Ninakipika
    (I am cooking it)

Ni	=	subject-prefix 1st person **m-wa-class** (I)
-na-	=	present verb-tense marker (am)
-ki-	=	object-infix (**ki-vi- class** singular ("it" refers to the food)
-pika	=	verb root (cook)

(d) Ninachokupikia
    (which I am cooking for you)

Ni	=	subject-prefix 1st person **m-wa-class** (I)
-na-	=	present verb-tense marker (am)
-cho-	=	relative syllable **ki-vi- class** singular (which)
-ku-	=	object-infix **m-wa- class** 2nd person singular (you)
-pik-	=	verb root (cook)
-ia	=	prepositional verb ending or suffix (for).

Class	Noun	Adjective	Subject-prefix	Verb tense	Relative	Object-infix (us)	Verb root	Verb ending	(English translation)
M- **Wa-**	mpishi wapishi	mzuri wazuri	a wa	li li	ye o	tu tu	pik pik	ia ia	*a good cook who cooked for us.* *good cooks who cooked for us.*
M- **Mi-**	mti miti	mbaya mibaya	u i	li li	o yo	tu tu	anguk anguk	ia ia	*a bad tree which fell on us.* *bad trees which fell on us.*
Ki- **Vi-**	kiti viti	kikubwa vikubwa	ki vi	li li	cho vyo	tu tu	anguk anguk	ia ia	*a big chair which fell on us.* *big chairs which fell on us.*
(Ji-) **Ma-**	gari magari	kubwa makubwa	li ya	li li	lo yo	tu tu	rud rud	isha isha	*a big car which brought us back.* *big cars which brought us back.*
N- **N-**	meza meza	kubwa kubwa	i zi	li li	yo zo	tu tu	anguk anguk	ia ia	*a big table which fell on us.* *big tables which fell on us.*
U	ukuta kuta	mkubwa kubwa	u zi	li li	o zo	tu tu	anguk anguk	ia ia	*a big wall which fell on us.* *big walls which fell on us.*
Pa-	mahali mahali mahali	pengi kwingi mwingi	pa ku m	li li li	po ko mo	tu tu tu	pend pend pend	eza eza eza	*many places which attracted us (definite).* *many places which attracted us (indefinite).* *many places which attracted us (inside).*
Ku-	kusoma	kwingi	ku	li	ko	tu	furah	isha	*good reading which pleased us.*

By Alice Wanjiku Mangat

Swahili grammar chart (1)

	AFFIXES (VIAMBISHI)					GENITIVE (UHUSIKA MILIKISHI)	POSSESSIVE PRONOUNS (VIWAKILISHI VIMILIKI)						DEMONSTRATIVES (VIONYESHI)		
1	2	3	4	5		6	7	8	9	10	11	12	13	14	15
Nouns/ Adjectives prefixes	Verb prefix positive	Verb prefix Negative	Object Infix	Relative syllables		Genitive "of"	-angu "my"	-ako "your"	-ake "his/her/its"	-etu "our"	-enu "your"	-ao "their"	h- "this/these"	-le "that/those"	-o "that/those"
M-/MW-	ni-	si-	-ni-	ye		wa	wangu								
	u-	hu-	-ku-	ye		wa		wako							
	a-yu-	ha-/hayu-	-m-/mw-	ye		wa			wake				huyu	yule	huyo
WA-	tu-	hatu-	-tu-	o		wa				wetu					
	m-	ham-	-wa-	o		wa					wenu				
	wa-	hawa-	-wa-	o		wa						wao	hawa	wale	hao
M-MW-	u-	hau-	-u-	o		wa	wangu	wako	wake	wetu	wenu	wao	huu	ule	huo
MI-	i-	hai-	-i-	yo		ya	yangu	yako	yake	yetu	yenu	yao	hii	ile	hiyo
KI-/CH-	ki-	haki-	-ki-	cho		cha	changu	chako	chake	chetu	chenu	chao	hiki	kile	hicho
VI-/VY-	vi-	havi-	-vi-	vyo		vya	vyangu	vyako	vyake	vyetu	vyenu	vyao	hivi	vile	hivyo
(JI-)	li-	hali-	-li-	lo		la	langu	lako	lake	letu	lenu	lao	hili	lile	hilo
MA-	ya-	haya-	-ya-	yo		ya	yangu	yako	yake	yetu	yenu	yao	haya	yale	hayo
N-	i-	hai-	-i-	yo		ya	yangu	yako	yake	yetu	yenu	yao	hii	ile	hiyo
N-	zi-	hazi-	-zi-	zo		za	zangu	zako	zake	zetu	zenu	zao	hizi	zile	hizo
U-	u-	hau-	-u-	o		wa	wangu	wako	wake	wetu	wenu	wao	huu	ule	huo
-/NY-	zi-	hazi-	-zi-	zo		za	zangu	zako	zake	zetu	zenu	zao	hizi	zile	hizo
PA-	pa-	hapa-	-pa-	po		pa	pangu	pako	pake	petu	penu	pao	hapa	pale	hapo
	m-	ham-	-m-	mo		mwa	mwangu	mwako	mwake	mwetu	mwenu	mwao	humu	mle	humo
KU-	ku-	haku-	-ku-	ko		kwa	kwangu	kwako	kwake	kwetu	kwenu	kwao	huku	kule	huko
	ku-	haku-	-ku-	ko		kwa	kwangu	kwako	kwake	kwetu	kwenu	kwao	huku	kule	huko

Reflexive object infix for all persons and classes	←-ji-	
	po→	Relative of time
	vyo→	Relative of manner

Modernized and prepared by Alice Wanjiku Mangat

171

Adjective chart (2)

Adjective prefix	Irregular adjectives (sometimes take the verb prefix)				Adjectives beginning with vowels		Numeral		Colours			Normal adjectives beginning with the consonants			
1	2	3	4	5	6	7	8	9	10	11	12	13	14	15	16
	all/whole	any	with/owner of	self	many	other	one	two	white	black	red	long	good/nice/beautiful	small, tiny	sweet, tasty
	-ote	-o -ote	-enye	-enyewe	-ingi	-ingine	-moja	-wili	-eupe	-eusi	-ekundu	-refu	-zuri	-dogo	-tamu
m-/mw-	wote	ye yote	mwenye	mwenyewe	-	mwingine	mmoja	-	mweupe	mweusi	mwekundu	mrefu	mzuri	mdogo	mtamu
wa-	wote / sote	wo wote	wenye	wenyewe	wengi	wengine	-	wawili	weupe	weusi	wekundu	warefu	wazuri	wadogo	watamu
m-/mw-	wote	wo wote	wenye	wenyewe	mwingi	mwingine	mmoja	-	mweupe	mweusi	mwekundu	mrefu	mzuri	mdogo	mtamu
mi-	yote	yo yote	yenye	yenyewe	mingi	mingine	-	miwili	mieupe	mieusi	miekundu	mirefu	mizuri	midogo	mitamu
ki-/ch-	chote	cho chote	chenye	chenyewe	kingi	kingine	kimoja	-	cheupe	cheusi	chekundu	kirefu	kizuri	kidogo	kitamu
vi-/vy-	vyote	vyo vyote	vyenye	vyenyewe	vingi	vingine	-	viwili	vyeupe	vyeusi	vyekundu	virefu	vizuri	vidogo	vitamu
(ji-)	lote	lo lote	lenye	lenyewe	jingi	jingine	moja	-	jeupe	jeusi	jekundu	refu	zuri	dogo	tamu
ma-	yote	yo yote	yenye	yenyewe	mengi	mengine	-	mawili	meupe	meusi	mekundu	marefu	mazuri	madogo	matamu
n-/ny-	yote	yo yote	yenye	yenyewe	nyingi	nyingine	moja	-	nyeupe	nyeusi	nyekundu	ndefu	nzuri	ndogo	tamu
n-/ny-	zote	zo zote	zenye	zenyewe	-	zingine	-	mbili	nyeupe	nyeusi	nyekundu	ndefu	nzuri	ndogo	tamu
u-/w-	wote	wo wote	wenye	wenyewe	mwingi	mwingine	mmoja	-	mweupe	mweusi	mwekundu	mrefu	mzuri	mdogo	mtamu
-/ny-	zote	zo zote	zenye	zenyewe	nyingi	zingine	-	mbili	nyeupe	nyeusi	nyekundu	ndefu	nzuri	ndogo	tamu
pa-	kote	ko kote	kwenye	kwenyewe	kwingi	kwingine	kumoja	kuwili	kweupe	kweusi	kwekundu	kurefu	kuzuri	kudogo	kutamu
pa-	pote	po pote	penye	penyewe	pengi	pengine	pamoja	pawili	peupe	peusi	pekundu	parefu	pazuri	padogo	patamu
pa-	mote	mo mote	mwenye	mwenyewe	mwengi	mwingine	mmoja	mwili	mweupe	mweusi	mwekundu	mrefu	mzuri	mdogo	mtamu
ku-	kote	ko kote	kwenye	kwenyewe	kwingi	kwingine	kumoja	kuwili	kweupe	kweusi	kwekundu	kurefu	kuzuri	kudogo	kutamu

© Alice Wanjiku Mangat

Tense marker chart (2)

TENSE	USE	POSITIVE	REMARK	EXAMPLES	NEGATIVE	REMARK	EXAMPLES
P R E S E N T	Simple & continuous (1)	-na-	preceded by a positive subject prefix (See chart 1 column 2.)	**ninasoma** **ninakula** **ninajibu**	"-a"="-i"	preceded by negative subject prefix (chart 1 column 3). No tense marker. Short verbs drop **ku-**. The last -a of a Bantu verb changes to **i-**; if not an -a, no change	**sisomi** **sili** **sijibu**
	Simple & continuous (2) Short and elegant	-a-	combined with positive subject prefix (chart 1 column 2). Short verbs drop **ku-**.	**nasoma** **nala** **najibu**	same as above	same as above	**sisomi** **sili** **sijibu**
	Habitual (prefix: not an infix!)	hu-	No subject prefix. Must be preceded by a noun, pronoun, or demonstrative	**mimi husoma** **mimi hula** **mimi hujibu**	same as above	same as above	**mimi sisomi** **mimi sili** **mimi sijibu**
	Conditional	-nge-	preceded by positive subject prefix (chart 1 column 2). Short verbs maintain **ku-**.	**ningesoma** **ningekula** **ningejibu**	-singe-	preceded by positive subject prefix (chart 1 column 2). Short verbs maintain **ku-**.	**nisingesoma** **nisingekula** **nisingejibu**
	Participle	-ki-	preceded by subject prefix (chart 1 column 2). Also preceded by another verb in a different tense marker. Short verbs drop **ku-**.	**nilikuwa nikisoma** **nilikuwa nikila** **nilikuwa nikijibu**	no negative	The negative is expressed by the preceding verb.	**Sikuwa nikisoma** **Sikuwa nikila** **Sikuwa nikijibu**
P A S T	Simple	-li-	preceded by positive subject prefix (chart 1 column 2). Short verbs maintain **ku-**.	**nilisoma** **nilikula** **nilijibu**	-ku-	preceded by negative subject prefix (chart 1 column 3). Short verbs drop the **ku-**.	**sikusoma** **sikula** **sikujibu**
	Narrative	-ka-	substitutes -li- in narrating stories, incidents etc. Sometimes also used as a prefix for 3rd person in newspaper headings. Short verbs drop the **ku-**.	**nikasoma** **nikala** **nikajibu** **Mwizi kashikwa**	-ku-	same as above	**sikusoma** **sikula** **sikujibu** **Mwizi hakushikwa**
	Perfect	-me-	preceded by positive subject prefix (chart 1 column 2). Short verbs maintain **ku-**.	**nimesoma** **nimekula** **nimejibu**	-ja-	preceded by negative subject prefix (chart 1 column 3). Short verbs drop **ku-**.	**sijasoma** **sijala** **sijajibu**
	Past perfect	-li- + -me-	must be two verbs — the preceding verb in past tense, and the second in perfect.	**nilikuwa nimesoma** **nilikuwa nimekula** **nilikuwa nimejibu**	-ku- + -me-	negative is expressed by the first verb. The perfect stays in positive.	**sikuwa nimesoma** **sikuwa nimekula** **sikuwa nimejibu**
	Conditional	-ngali-	preceded by positive subject prefix (chart 1 column 2). Short verbs maintain **ku-**.	**ningalisoma** **ningalikula** **ningalijibu**	-singali-	preceded by positive subject prefix (chart 1 column 2). Short verbs maintain **ku-**.	**nisingalisoma** **nisingalikula** **nisingalijibu**

Tense marker chart (2) – *continued*

TENSE	USE	POSITIVE	REMARK	EXAMPLES	NEGATIVE	REMARK	EXAMPLES
F U T U R E	Simple	-ta-	preceded by a positive subject prefix (chart 1 column 2.) Short verbs maintain **ku-**.	**nitasoma** **nitakula** **nitajibu**	-ta-	preceded by negative subject prefix (chart 1 column 3). Short verbs maintain **ku-**.	**sitasoma** **sitakula** **sitajibu**
		-taka-	As above, but only when the relative syllable is infixed in the verb order.	**nitakaposoma** **nitakapokula** **nitakapokuja**		Negative with "amba-"	
	Future perfect	-ta- + -me-	Two verbs. First one in future, second in perfect	**nitakuwa nimesoma** **nitakuwa nimekula** **nitakuwa nimejibu**	-ta- + -me-	Negative is expressed by the 1st verb; the 2nd verb remains unchanged.	**sitakuwa nimesoma** **sitakuwa nimekula** **sitakuwa nimejibu**
	Conditional	-ki-	preceded by positive subject prefix (chart 1 column 2). Short verbs drop the **ku-**.	**nikisoma** **nikila** **nikijibu**	-sipo-	preceded by *positive* subject prefix (chart 1 column 2). The short verbs maintain the **ku-**.	**nisiposoma** **nisipokula** **nisipojibu**
I M P E R A T I V E	Direct – *Singular*	No tense	Only the verb stem without the **ku-**. Short verbs maintain the **ku-**.	**Soma!** **Kula!** **Jibu!**	-si- (not a tense)	preceded by the *positive* subject prefix (chart 1 column 2). Short verbs drop the **ku-**. The last letter **a** changes to **e**.	**Usisome!** **Usile!** **Usijibu!**
	Plural	No tense	As above, but the last letter **a** is replaced by -**eni**. If no **a**, then only additional -**ni**.	**Someni!** **Kuleni!** **Jibuni!**	-si- (not a tense)	Same as above	**Msisome!** **Msile!** **Msijibu!**
	Indirect - *Singular*	No tense	The verb stem is preceded by the *positive* subject prefix (chart 1 column 2). The last **a** changes to **e**.	**Nisome!** **Nile!** **Nijibu!**	-si- (not a tense)	preceded by *positive* subject prefix (chart 1 column 2). Short verbs drop the **ku-**.	**Nisisome!** **Nisile!** **Nisijibu!**
	Plural	No tense	Same as above	**Tusisome!** **Tule!** **Tujibu!**		See above	**Tusisome!** **Tusile!** **Tusijibu!**

Formed and written by Alice Wanjiku Mangat

174

General Information

Note:
Doubled demonstrative pronouns always mean "the same".

Example

Mtoto **yule yule**	—	the same child.
Maji **yale yale**	—	the same water.
Somo **lile lile**	—	the same lesson.
Mahali **pale pale**	—	the same place.

Note:
Doubled verbs are also used to mean a repeated action.

Example

Alizungukazunguka.	—	He went round and round.
Watoto wanavukavuka barabara.	—	The children cross the road here and there.

Note:
The verb **kuisha** (to get finished) is usually combined with other verbs by being shortened to become infix **-sha-** to mean "already". The infix **-sha-** is inserted between the verb tense and the second verb root.
It is also possible to construct the verb **kuisha** as usual and have the second verb following in infinitive form. The verb **kuisha**, though not strictly monosyllabic, is treated like one.

Example

Nimekwisha kula = Nime**sha**kula.	(I have already eaten.)
Amekwisha kulala = Ame**sha**lala.	(He has already slept.)
Tumekwisha kupiga simu = Tume**sha**piga simu.	(We have already telephoned.)

Wamekwisha kufika = Wameshafika.   (They have already
                                      arrived.)

Shule zimekwisha kufungwa = Shule   (The schools have
zimeshafungwa.   already been closed.)

Mazoezi

A. **Sema kama yafuatayo ni kweli au si kweli:**

1. Maziwa yanatokana na kuku.
2. Kenya na Tanzania zinashiriki katika Umoja wa nchi za Afrika.
3. Watu wanapopendana hawapigani.
4. Zaire iko kaskazini mwa bara la Afrika.
5. Wanafunzi huenda shuleni kupata elimu.
6. Mama hutumia kitanda anapofagia nyumba.
7. Mtu akinywa pombe hupona ugonjwa.
8. Dereva wa gari akilewa pombe hawezi kuendesha gari.
9. Pilipili ni tamu kama sukari.
10. Mama hupakua chakula baada ya kukipika.
11. Barafu ni moshi, na ni joto.
12. Panapofuka moshi pana moto.
13. Mtu akiwa mgonjwa huenda kwa karani.
14. Mafundi wengi huondoa maarifa.
15. Mafuta ni mazito kuliko maji.
16. Umoja ni nguvu.
17. Mbu wanapenda sana mahali pa baridi.
18. Hakuna mbu katika Afrika Magharibi.
19. Bonn iko Uingereza.
20. Kiswahili ni lugha ngumu sana kujifunza.
21. Watu wote duniani ni sawa mbele ya Mungu.
22. Malindi ni nchi katika Marekani.
23. Unguja ni kisiwa cha Tanzania.
24. Katika dunia kuna mabara manne tu.
25. Watoto wadogo ni malaika wa Mungu.

FUMBO LA MANENO

B. Jaza nafasi zilizo wazi katika fumbo la maneno:

Kwenda kulia

1. Mtu anayetoka Afrika.
4. Mtu anayewatibu wagonjwa.
7. Nyuki hutafuta asali kwenye … (umoja).
8. Kinyume cha chafu.
9. Nchi katika Afrika Mashariki.
10. Kitu ambacho kinatoka/fyatuka kwenye mzinga au bunduki.
12. Usiku unaleta nini?
13. Mwana wa Mungu (kiingereza)
14. Tunalima kupata nini (umoja)?
15. Kinyume cha zamani.
16. Kinyume cha nunua.

177

17. Kinyume cha nunua
19. Wanafunzi katika shule wanapata nini?
21. Nchi katika Asia.
23. Watu wa Afrika wamegawanywa katika nini? (Umoja)
25. Neno la kuimba (wingi).
27. Bara kusini ya Ulaya.
29. Kinyume cha uzuri.
30. Kinyume cha "si".
31. Ugonjwa wa kawaida unaoletwa na baridi.
33. Yanatuwezesha kuona.
37. Tunavaa miguuni au vazi la miguu (moja).
38. Nusu ya neno "baba".
39. Kinyume cha "ni".
40. Kinyume cha "si"
41. Tunatumia kiungo gani cha mwili kwa kula na kusema?
42. Kupiga makelele mazuri kama Miryamu Makeba.
43. Baada ya kuiandika unaipeleka posta.
44. Kufunga ndoa (mwanamume).
45. Siku kabla ya leo.

Kwenda chini
1. Mtu kutoka Ulaya.
2. Kinyume cha fungua.
3. Tunasikiliza habari na muziki kutoka kwenye chombo gani?
4. Mji mkuu wa Tanzania ulikuwa ....
5. Mtu ambaye anafanya kazi katika ofisi ni karani au ....
6. Tunakitumia kwa kukata nyama au vitu vingine.
11. Tamu sana na hutengenezwa na mdudu.
14. Binadamu.
15. Katika mji huishi watu wengi .... kuliko kijijini.
18. Inatusaidia kuona katika giza.
20. Ng'ombe anatupa maziwa, kuku anatupa nini?
22. Tanzania .... katika Afrika ya Mashariki.
24. Kinyume cha ugonjwa.
26. Kinyume cha mvulana.
28. Mtu ambaye unampenda na mnasikilizana.
29. Kitu cha kushonea nguo.
30. Pamoja.

FUMBO LA MANENO — SOKONI

C. Jaza nafasi zilizo wazi katika fumbo la maneno:

Kwenda kulia

1. Matunda kama malimau lakini matamu.
4. Matunda yenye kokwa kubwa katikati na ambayo hayaoti katika nchi za baridi.
6. Kumpa mwuzaji pesa baada ya kupata bidhaa.
8. Aina ya mboga nyekundu kama tunda. Pia mama wa mama.
10. Nguo ya mwanamume ya asili ya Ulaya ambayo suruali na koti ni sawa.
11. Kuliko kitu kingine.
12. Nguo ya mwanamke.
13. Zaidi ya moja katika **ngeli** ("class") **ya N-N-.**
14. Tunatumia kwa kukalia sakafuni. Aina ya zulia.
15. Bei za vitu vingi pamoja.
18. Limau ni chungu lakini chungwa ni ....
22. Mtu ambaye ananunua.
24. Thamani ya pesa unazolipia kitu.
25. Matumizi ya pesa kila mwezi (bila "h").
27. Kitu cha kulipia vitu.
29. Nambari baada ya kumi na tisa.
32. Bidhaa inayosafirishwa sana na Kenya ambayo ni kinywaji.
33. Nyumba ya mtoto wa kuku kabla ya kuzaliwa.
35. Kinyume cha mwanamke (Kiingereza).
36. Mahali pa kununua vitu vingi.
38. Nafaka asili ya ugali.
40. Pamoja.
41. Kinyume cha "sina".
42. Umoja wa "ambazo".
43. Majani ya chai yanauzwa kwa ....
44. Ukiinywa unalewa.
48. Nusu ya neno "nini".
49. Unahitaji nini kutengeneza nguo?
50. Mayai kumi na mawili ni .... moja.
51. Kinyume cha chini.
52. Kumpa mwuzaji pesa baada ya kupata bidhaa.
53. Kinyume cha ghali.
54. Arobaini na sitini.

55. Inatuponyesha tukiwa wagonjwa.
56. Yanatokana na ng'ombe.
57. Bishana (mwuzaji na mnunuaji kuhusu bei ya kitu.)

Kwenda chini
1. Mtu anayeuza.
2. Kinywaji cha asubuhi badala ya kahawa.
3. Bei ya juu sana.
5. Kinyume cha "meusi".
7. Teremsha bei.
8. Kama nambari 41 kulia.
9. Kama mwuzaji hana bidhaa anafanya nini?
14. Machungwa ni nini?
16. Kama nambari 4 kulia.
17. Vijiko, sahani, sufuria, vikombe, n.k. (ni maneno matatu).
19. Karoti, kabichi na mchicha ni nini?
20. Bei ya chini sana.
21. Maziwa yanapimwa kwa kitu gani?
23. Ni saa .... sasa?
25. Neno la kuuliza kama "zipi".
26. Chai inatokana na nini?
28. Wachina wanapenda kula wali; Wajerumani wanapenda kula nini?
30. Nambari katikati ya arobaini na tisa na hamsini na moja.
31. Aina ya chakula kinachotokana na wanyama.
32. Kitambaa cha wanawake kama kikoi.
34. Nambari ya kwanza.
39. Mahali pa kununua vitu kama sukari, chumvi, nguo, n.k.
40. Kinyume cha "usinipe".
43. Dola ni nini?
45. Hatuwezi kuishi bila chakula na ....
46. Kinyume cha faida.
47. Senti mia moja.
48. Nambari katikati ya saba na tisa.
49. Mahali au nafasi ya kila mwuzaji katika soko.
50. Kama nambari 39 chini.
51. Kama nambari 15 kulia.

More Exercises

Conversation on a telephone

Read the following conversation and translate it. The first part has been analyzed grammatically. Therefore, analyze the rest. It is very important to try to recognize the grammatical construction, even though you might not know the meaning of the verb or noun. It is also important to recognize or to know how to separate the verb from all the prefixes, infixes and suffixes, and to form the infinitive.

(Conversation between an expert who has come to Kenya to work and a personal secretary to the Permanent Secretary in the Ministry of Wildlife)

Secretary = Sec.   Expert = Ex.

Sec.:   Hii ni Wizara ya Mifugo, ofisi ya Katibu Mkuu; hujambo?

Ex.:   Sijambo sana, habari za asubuhi?

Sec.:   Nzuri sana, asante. Nikusaidie nini?

Ex.:   Jina langu ni Pless; ninatoka Ujerumani na nilikuja hapa wiki chache zilizopita kufanya kazi nchini Kenya. Ninafanya kazi katika wizara hii na ningependa kujijulisha kwa Katibu Mkuu kwa sababu hatujawahi kukutana.

Sec.:   Karibu sana Bwana Pless katika nchi ya Kenya, na katika wizara yetu. Bwana Kimande, ambaye ni Katibu Mkuu, amesafiri, kwa hivyo hayupo sasa. Lakini atarejea wiki kesho. Unaweza kuja hapa ofisini siku yo yote uwezayo wewe kuanzia Jumatatu ijayo.

Ex.:   Asante sana. Je, ninaweza kuja Jumanne saa nne?

Sec.:   Samahani, saa nne Bwana Kimande ana mkutano na Waziri mpaka kama saa sita. Lakini saa nane atakuwa na nafasi. Je, wewe una nafasi wakati huo?

Ex.:   Nina shughuli wakati huo, lakini ninaweza kuahirisha mpaka siku nyingine. Ndiyo, nitaweza kuja Jumanne saa nane mchana. Je, mwenzangu ni nani?

Sec.:   Mimi ni katibu muhtasi wa Bwana Kimande na jina langu ni Betty Kahungu.

Ex.:   Alaaa! ninafurahi kuzungumza nawe Bibi Kahungu na nitafurahi
             kukutana nawe pamoja na Bwana Kimande, wiki ijayo.
Sec.:   Mimi pia, na karibu sana ofisini kwetu.
Ex.:   Kwaheri mpaka wiki kesho.

Grammatical analysis

"Hii ni wizara ya mifugo, ofisi ya Katibu Mkuu; hujambo?"

hii	=	this (sing. demonstrative **N-N-** class for **wizara.**
ni	=	verb " to be" (present)
Wizara	=	Ministry (noun in **N-N-** class)
ya	=	of (genitive **N-N-** class sing.)
mifugo	=	livestock (noun in **M-Mi-** class, pl.)
ofisi	=	office (noun in **N-N-** class from English "office" sing.)
ya	=	of (genitive **N-N-** class sing.)
Katibu	=	Secretary (noun in **N-N-** class)
Mkuu	=	Principal or main (adjective "-kuu" main, head, etc. in **M-WA-** class sing. "Katibu" is a person, thus **M-WA-** adj. agreement.)
hujambo	=	(literally, "you have nothing the matter") "Hallo" – the **jambo** greeting preceded by negative subject-prefix 2nd person sing. **hu-.**

"Sijambo sana, habari za asubuhi?"

sijambo	=	(literally, "I have nothing the matter") "Hallo" – The **jambo** greeting preceded by the negative subject-prefix 1st person sing., **si-**
sana	=	very (adverb)
habari	=	news (noun in **N-N-** class)
za	=	of (genitive **N-N-** class, pl.)
asubuhi	=	morning (noun in **N-N-** class)

Nzuri sana, asante. Nikusaidie nini?"

zuri	=	good (adj. **-zuri** preceded by the concord-prefix for **N-N-** class that qualifies "news")

sana	=	very (adverb)
asante	=	thanks
nikusaidie	=	ni	— I (subject-prefix 1st person sing.)

ku — you (object-infix 2nd person sing.)

saidia — help (verb root **saidia**. The last letter **-a** has changed to **-e** because of the indirect imperative.)

| nini? | = | what? (question word) |

"Jina langu ni Pless; ninatoka Ujerumani na nilikuja hapa wiki chache zilizopita kufanya kazi nchini Kenya. Ninafanya kazi katika wizara hii na ningependa kujijulisha kwa Katibu Mkuu kwa sababu hatujawahi kukutana."

jina	=	name (noun in **Ma- class,** sing.)
langu	=	my (possessive **Ma- class,** sing.)
ni	=	is (the verb "to be" in present)
Pless	=	name of a person
ninatoka	=	I come from — ni = (subject-prefix 1st person **M- Wa-**)

na = (the present tense marker)

toka = (verb root "come from")

Ujerumani	=	Germany (noun in **U class**)
na	=	and
nilikuja	=	I — ni (subject-prefix 1st person **M-Wa-**)

did — li (past tense marker, pos.)

come — kuja (monosyllabic verb. The **ku** is maintained in the positive and the verb root is **ja**.

hapa	=	here (demonstrative **pa- class**, "this place", definite)
wiki	=	week (noun in **N-N- class** from English "week")
chache	=	few (adj. consonant root. No concord-prefix is needed here to qualify **wiki**).
zilizopita	=	zi (sub.-prefix **N-N- class,** pl.)
	=	li (past tense marker, pos.)
	=	zo (relative "which" **N-N- class**)
	=	pita (verb root)
kufanya	=	to do (a verb "to do" in the infinitive form)
kazi	=	work (noun **N-N- class.** The verb "to work" does not exist as such, thus "to do work")

nchini	=	in the country (a noun from **N-N- class** "nchi" but changed to **Pa- class** by the suffix **-ni**)
Kenya	=	Kenya (noun **N-N-**)
Ninafanya	=	ni — I (sub. pref, 1st person **M-Wa-**)
		na — am (present tense marker)
		fanya — doing (verb root " do")
kazi	=	work (noun **N-N- class**)
katika	=	in (preposition)
wizara	=	ministry (noun **N-N-**)
hii	=	this (demonstrative sing. **N-N-**)
na	=	and (conjunction)
ningependa	=	ni — I (subj. pref. 1st person sing.)
		nge — would (polite conditional tense)
		penda — like (verb root)
kujijulisha	=	ku — to (infinitive)
		ji — myself (reflexive object-infix)
		julisha — introduce (causative form of the verb kujua [to know] = to cause to know)
kwa	=	to/by (preposition)
Katibu	=	Secretary (noun **N-N-**)
Mkuu	=	Chief/principal/main (adjective **M-Wa-,** sing.)
kwa sababu	=	because (adverb)
hatujawahi	=	hatu — we not (negative subj.-pref. 1st person plural)
		ja — have not (perfect tense marker neg.)
		wahi — to be in time/ever to do something (verb root)
kukutana	=	ku — to (infinitive)
		kutana — meet (the verb root. The **ku** here belongs to the verb root.)

Exercise

Translate and analyze the rest of the conversation as above.

Mazungumzo 1: Bwana Berg

(Bwana Berg ni Mjerumani na amefika Kenya kufanya kazi katika Chuo Kikuu cha Nairobi. Amejifunza kusema Kiswahili katika Ujerumani, kwa hivyo hana shida kuzungumza Kiswahili na watu wa Kenya. Katika forodha amekutana na karani anayefanya kazi pale.)

Bwana Berg:	Hujambo bwana?
Karani:	Sijambo sana bwana. Habari gani?
Bwana Berg:	Nzuri sana. Habari zako?
Karani:	Nzuri. Karibu Kenya!
Bwana Berg:	Asante sana. Jina langu Heinz Berg.
Karani:	Karibu Bwana Berg. Naomba pasi yako tafadhali.
Bwana Berg:	Pasi yangu hii hapa.
Karani:	Umekuja Kenya kama mtalii au mfanyakazi?
Bwana Berg:	Nimekuja kufanya kazi hapa Kenya.
Karani:	Utafanya kazi wapi?
Bwana Berg:	Nitafanya kazi katika chuo kikuu.
Karani:	Alaaa, wewe ni mwalimu?
Bwana Berg:	Ndiyo, ni mwalimu.
Karani:	Je, Bwana Berg umeoa?
Bwana Berg:	Ndiyo, nina mke na watoto wawili, lakini hatukuja pamoja. Watanifuata baada ya mwezi mmoja.
Karani:	Bwana Berg unasema Kiswahili kizuri sana!
Bwana Berg:	Asante sana.
Karani:	Je, una kitu cha kulipia ushuru.
Bwana Berg:	La, sina cho chote cha kulipia ushuru.
Karani:	Kibali chako cha kazi sikioni katika pasi yako.
Bwana Berg:	Kibali changu sijakipokea bado. Itanibidi niende katika ofisi ya uhamiaji hapa Kenya kukipokea. Balozi wa Ujerumani alinifahamisha kwamba ameipokea barua ambayo itaniwezesha kupata kibali cha kazi.
Karani:	Alaaa! Haya Bwana Berg, nakutakia furaha na mafanikio katika kazi yako. Hii pasi yako na kwaheri.
Bwana Berg:	Samahani bwana, ninaweza kupata teksi hapa nje?
Karani:	Ndiyo kuna teksi nje. Ukitoka forodhani utaona teksi hapo.
Bwana Berg:	Asante sana bwana. Kwaheri!

(Alipotoka forodhani, alikuta watu wengi na magari mengi pia. Baadhi ya magari aliyoyaona yalikuwa teksi, na dereva mmoja alianza kusema na Bwana Berg.)

Dereva:	Hujambo bwana? Unataka teksi?
Bwana Berg:	Sijambo. Habari gani?
Dereva:	Nzuri sana. Karibu Kenya!
Bwana Berg:	Asante sana. Nataka kwenda mjini. Bei gani?
Dereva:	Shilingi mia tatu na hamsini.
Bwana Berg:	Loooo! ghali hivyo. Kwani ni kilometa ngapi?
Dereva:	Ni kama kilometa kumi na tano.
Bwana Berg:	Basi, nitalipa shilingi mia tatu tu. Zaidi sina.
Dereva:	Haya twende tu, lakini hiyo si bei ya kawaida. Unasema Kiswahili kizuri sana. Je, wewe ni mkazi wa Kenya?
Bwana Berg:	La, hii ni mara yangu ya kwanza kufika Kenya.
Dereva:	Basi unatoka Tanzania?
Bwana Berg:	La, hii ni mara yangu ya kwanza kufika katika bara la Afrika.
Dereva:	Alaaa! Na ulijifunza wapi Kiswahili kizuri hivyo?
Bwana Berg:	Nilijifunza Kiswahili nyumbani Ujerumani.
Dereva:	Kuna shule za Kiswahili Ujerumani?
Bwana Berg:	Ndiyo, kuna shule nyingi ambazo zinafundisha lugha ya Kiswahili; vyuo vikuu pia.
Dereva:	Alaaa! Hiyo ni habari nzuri kweli. Je bwana, nikupeleke sehemu gani mjini?
Bwana Berg:	Nataka kwenda katika hoteli ya Pan Afric. Je, unaijua?
Dereva:	Ndiyo bwana, naijua sana na nitakupeleka bila shida.
Bwana Berg:	Je, ni hoteli nzuri?
Dereva:	Kabisa bwana. Hiyo ni moja ya hoteli za watalii za hali ya juu.
Bwana Berg:	Natumaini chakula ni kizuri pia.
Dereva:	Ahh, chakula hapa Kenya si shida, kama una pesa za kununua. Chakula ni tele.
Bwana Berg:	Natumaini chakula si ghali kama teksi yako!
Dereva:	Ahaaa bwana, nimekulipisha hela kidogo sana. Hii ndiyo Pan Afric, tumefika.
Bwana Berg:	Haya, hizi shilingi mia tatu na ishirini. Nimekuongeza shilingi ishirini kwa sababu umenifikisha salama.
Dereva:	Nakushukuru sana bwana, Mungu akubariki. Kwaheri.
Bwana Berg:	Asante pia. Kwaheri.

Hotelini

(Bwana Berg alipofika hotelini, alikwenda kujiandikisha kwenye mapokezi.)

Karani:	Karibu bwana. Hujambo?
Bwana Berg:	Sijambo sana. Habari gani?
Karani:	Nzuri. Nikusaidie nini?
Bwana Berg:	Niliagiza chumba hapa kutoka Ujerumani kwa simu.
Karani:	Ngoja kidogo ...! Ahhaaa!, Ndiyo. Jina lako ni Heinz Berg?
Bwana Berg:	Ndiyo. Nilipiga simu jana asubuhi na nilisema na Bwana Kamonde.
Karani:	Mimi ni Bwana Kamonde. Karibu sana Bwana Berg. Safari ilikuwaje?
Bwana Berg:	Ilikuwa nzuri sana. Hatukupata shida yoyote. Tulifika salama, asante.
Karani:	Utapata chumba Nambari 140. Bei ni shilingi mia nane pamoja na chakula, kwa siku.
Bwana Berg:	Vizuri. Ninaweza kupata chakula cha mchana sasa?
Karani:	Ndiyo. Tunafunga jiko saa nane na nusu, na sasa ni saa saba na nusu. Nenda kwanza ule. Ukimaliza kula naomba urudi hapa ili tujaze fomu.
Bwana Berg:	Haya, asante, nitarudi baada ya kula.
Karani:	Huu ufunguo wa chumba Nambari 140. Mizigo yako italetwa sasa hivi.
Bwana Berg:	Asante. Kwaheri mpaka baadaye.
Karani:	Kwaheri.

(Bwana Berg alitafuta chumba chake bila kukiona. Kwa bahati alimwona mgeni mwingine akitoka chumbani mwake akamwuliza.)

Bwana Berg:	Hujambo Bwana?
Mgeni:	Sijambo sana. Habari gani?
Bw. Berg:	Nzuri sana. Ninatafuta chumba Nambari 140 lakini sikioni. Unaweza kunisaidia?
Mgeni:	Ndiyo, nilikaa katika chumba Nambari 140 mwezi wa pili nilipokuwa hapa tena. Njoo nikuonyeshe!
Bw. Berg:	Lo! asante sana kwa msaada wako. Jina langu ni Heinz Berg, na nimefika sasa hivi hotelini.

Mgeni:	Jina langu ni Jack Morris. Ninatoka Uingereza. Ninafurahi kukutana nawe. Chumba Nambari 140 ni hiki hapa, karibu. Samahani, lakini nilikuwa nikienda kula chakula cha mchana. Je, umeshakula?
Bw. Berg:	La, mimi pia nataka kwenda kula sasa. Je, unaweza kunisubiri dakika tano tu? Pengine tunaweza kula pamoja.
Mgeni:	Bila shaka, Bw. Berg. Nitakusubiri.
Bw. Berg:	Samahani, nafikiri sikujijulisha vizuri. Ninatoka Ujerumani na ninafurahi kukutana nawe pia.
Mgeni:	Alaa! Je, unasema Kiingereza?
Bw. Berg:	La, lakini ninaelewa kidogo tu. Nilitaka kujifunza Kiingereza kabla ya kuja hapa, lakini niliona kwamba Kiswahili kitanisaidia zaidi kwa kazi yangu.
Mgeni:	Yaani utafanya kazi hapa Kenya?
Bw. Berg:	Ndiyo, nitafanya kazi katika chuo kikuu kwa muda wa mwaka mmoja, halafu pengine nitaendelea au nitakwenda Tanzania pia kwa mwaka mmoja. Na wewe je?
Mgeni:	Nimekuja kwa mkutano ambao utafanyiwa hapa Nairobi, lakini niliwahi kufanya kazi hapa Kenya pia kwa muda wa miaka minne, kama miaka miwili iliyopita.
Bw. Berg:	Alaaa! Basi unaweza kunieleza mengi kuhusu Kenya kwa sababu mimi ni mgeni kabisa na nchi za Afrika. Sijafika Afrika hapo awali. Ah, niko tayari sasa. Tunaweza kwenda kula.
Mgeni:	Haya twende, nina njaa sana. Chakula hapa ni kizuri sana.
Bw. Berg:	Alaaa, nafurahi kusikia hivyo. Mimi pia nina njaa sana. Sikuweza kula katika ndege.

(Wote waliingia katika mkahawa wa Pan Afric, na walikaribishwa na mfanyakazi wa hoteli.)

Mfanyakazi:	Hamjambo? Karibuni! Mnaweza kukaa hapa tafadhali.
Bw. Morris:	Asante sana Mzee Kibe. Leo una chakula gani?
Mfanyakazi:	Kama kawaida Bwana Morris. Orodha ya chakula ni hii hapa.
Bw. Morris:	Tuletee vinywaji tafadhali! Mimi nataka Pilsner baridi sana. Na wewe Bwana Berg utakunywa nini?
Bwana Berg:	Nitakunywa bia yo yote baridi.
Bw. Morris:	Basi mletee Tusker baridi!

Mfanyakazi:	Haya chagueni chakula nami naenda kuwaletea vinywaji!
Bw. Morris:	Wanapika samaki vizuri sana hapa kama unapenda kula samaki.
Bw. Berg:	Kwa kawaida sipendi sana samaki, lakini kama unanishauri ninaweza kujaribu.
Bw. Morris:	Mimi nitakula nyama ya ng'ombe na viazi; pia wanapika vizuri. Kama hupendi samaki sana, tunaweza kuagiza nyama, halafu unaweza kujaribu samaki wakati mwingine.
Bw. Berg:	Haya, nitakula nyama ya ng'ombe na viazi. Pia nitakula saladi ya mboga.
Mfanyakazi:	Je, mmeshachagua chakula tayari? Hivi vinywaji vyenu.
Bw. Morris:	Mimi nitakula nyama ya ng'ombe ya kuchomwa, na viazi. Mwenzangu pia anataka vivyo hivyo.
Bw. Berg:	Ndiyo, na pia nataka saladi ya mboga.
Mfanyakazi:	Haya, lakini itabidi msubiri kwa dakika kumi hivi.
Bw. Morris:	Sawa, tutasubiri, asante.

(Chakula kilipokuwa kikitayarishwa, Bwana Morris na Bwana Berg walizungumza mengi kuhusu kazi zao na nchi zao.)

Mfanyakazi:	Chakula tayari.
Bw. Morris:	Baadaye tuletee kahawa tafadhali!
Mfanyakazi:	Ndiyo bwana, mtapata kahawa baada ya chakula.
Bw. Berg:	Hmmm, chakula ni kitamu kweli.
Bw. Morris:	Ndiyo, wana mpishi hodari sana hapa. Je, Bwana Berg ulijifunza wapi Kiswahili kizuri hivyo?
Bw. Berg:	Nilijifunza katika Ujerumani, asante. Wewe pia unasema Kiswahili kizuri.
Bw. Morris:	Lakini mimi nilifanya kazi hapa kwa muda mrefu.
Bw. Berg:	Natumaini nitaweza kuwaelewa watu wakizungumza Kiswahili.
Bw. Morris:	Bila shaka utawaelewa. Wenyeji ni watu wema sana na bila shaka watakusaidia kuendeleza lugha yako. Je, ungependa kwenda mjini pamoja nami baada ya chakula? Ninaweza kukuonyesha mji wa Nairobi kidogo.

Bw. Berg:	Oh, asante sana. Kwa kweli sina shughuli leo mchana na nitafurahi sana kuja nawe.
Bw. Morris:	Basi tutaondoka baada ya chakula. Nimekodi gari, kwa hivyo hakuna shida ya usafiri.
Mfanyakazi:	Je, chakula kilikuwa kizuri?
Bw. Berg:	Kitamu sana bwana, unaweza kunipa bili yote pamoja. Kama utaniruhusu Bwana Morris, ningependa kulipa chakula chote, nirudishe mkono kwa msaada wako.
Bw. Morris:	Si lazima, lakini kama unataka kulipa nashukuru sana.
Mfanyakazi:	Jumla ni shilingi mia nane na themanini.
Bw. Berg:	Hizi shilingi elfu moja, naomba unirudishie shilingi mia tu.
Mfanyakazi:	Oh, asante sana, na karibuni tena.

(Walipomaliza, Bwana Berg alikwenda kujiandikisha kama alivyoahidi, na baadaye walikwenda mjini kutembea.)

Zoezi

Jibu maswali haya:

1. Bwana Berg anatoka wapi?
2. Bwana Berg amefika Kenya kufanya nini?
3. Atafanya kazi wapi?
4. Je, Bwana Berg anasema Kiswahili?
5. Je, Bwana Berg ameoa na ana watoto?
6. Je, Bwana Berg ana kibali cha kazi?
7. Bwana Berg anataka kwenda wapi kwa teksi?
8. Dereva anataka shilingi ngapi?
9. Bwana Berg alilipa shilingi ngapi?
10. Bwana Berg alipata chumba nambari ngapi?
11. Jack Morris anatoka wapi?
12. Bwana Morris na Bwana Berg wanazungumza lugha gani?
13. Mzee Kibe ni nani?
14. Bwana Berg aliagiza nini mkahawani?
15. Bwana Morris alikunywa nini?
16. Baada ya kula wote walikwenda wapi?

Maneno ya njiani

barabara	(road)
chini ya ...	(under ...; below ....)
daraja	(bridge)
jengo	(building)
juu ya ...	(over ...)
kando ya barabara	(by the side of the road)
kati ya ...	(between ...)
katikati	(in the middle)
kibao	(road sign; signboard)
kuelekeza	(to direct)
kuelewa	(to understand)
kugeuka	(to turn)
kulia	(right side)
kushoto	(left side)
kuvuka	(to cross)
mbele	(ahead; in front)
mbele ya	(in front of)
mpaka	(up to; until)
moja kwa moja	(straight ahead; one by one)
mtaa	(street; area)
mwanzo	(beginning)
mwisho	(end)
mwisho wa barabara	(end of the road)
nenda kushoto	(go left)
njia panda	(crossroads; junction)
ramani	(map)
ruhusa	(permission)
simama (ku-)	(to stop)
taa za barabara	(street lights)
toka (ku-)	(to come from; also adverb "from")
upande	(side)
zunguka (ku-)	(to go round)

RAMANI YA MJI WA NAIROBI

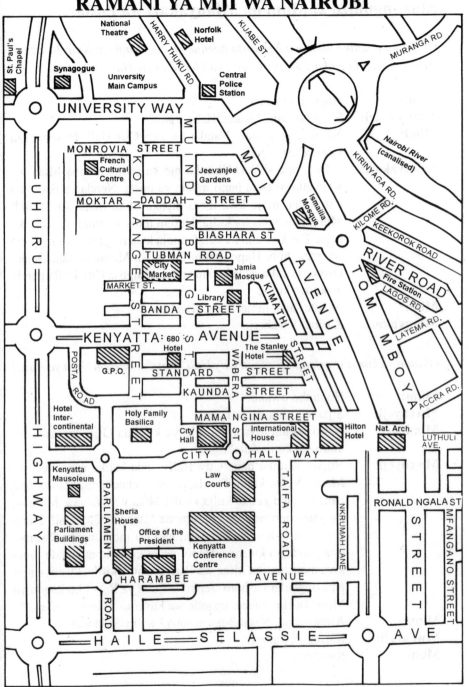

Mazungumzo 2: Mimi na Mfanyakazi wa Posta

*(Mimi niko katika mtaa wa Kenyatta Avenue na siujui mji wa Nairobi vizuri.
Namwuliza mfanyakazi wa posta njia ya kwenda City Hall.)*

Mimi: Hujambo bwana?

Mfanyakazi: Sijambo sana, bwana. Habari gani?

Mimi: Nzuri sana, asante. Nataka kwenda City Hall. Je, unaweza kunielekeza njia?

Mfanyakazi: Ndiyo, bila shaka. Ukitoka nje ya posta, utaona Mtaa wa Kenyatta Avenue hapo mbele ya posta. Nenda katika mtaa huo kulia, moja kwa moja mpaka ufike mtaa wa Muindi Mbingu upande wa kulia. Huo ni mtaa wa pili kulia kutoka hapa. Geuka kulia na uende moja kwa moja mpaka mwisho wa mtaa huo. Hapo utaona Mtaa wa Mama Ngina. Geuka kushoto katika mtaa huo na utaona jengo la City Hall upande wako wa kulia.

Mimi: Asante sana, nimeelewa. Kwaheri.

Mfanyakazi: Karibu. Kwaheri.

(Baada ya kumaliza shughuli zangu City Hall, nilitaka kwenda Ofisi ya Rais.)

Mimi: Hujambo bwana?

Mwenyeji: Sijambo sana, habari gani?

Mimi: Nzuri, asante. Natafuta njia ya kwenda Ofisi ya Rais. Je, unaweza kunisaidia?

Mwenyeji: Ndiyo. Kutoka hapa City Hall nenda katika mtaa huu wa Mama Ngina kulia. Baada ya meta chache tu, utaona njia panda. Hapo geuka kulia katika Mtaa wa Wabera. Mwisho wa mtaa huo wa Wabera, utaona Mtaa wa City Hall. Hapo geuka kulia tena na uende moja kwa moja mpaka kwenye njia panda ya kwanza. Hapo geuka kushoto na uende moja kwa moja, katika Mtaa wa Parliament. Ukifika kwenye njia panda, geuka kushoto. Jengo la Ofisi ya Rais liko kando ya Mtaa wa Harambee, upande wa kushoto. Huwezi kulikosa.

Mimi: Asante sana. Nakushukuru sana kwa msaada wako.

Mwenyeji: Karibu. Kwaheri.

Mimi: Kwaheri.

Zoezi

Kutokana na ramani ya Mji wa Nairobi, eleza njia kama ifuatavyo:

1. Kutoka Railway H.Q. mpaka Cathedral.
2. Kutoka Government Press mpaka City Hall.
3. Kutoka njia panda ya Uhuru Highway na Haile Selassie, kwenda Mtaa wa Ronald Ngala.
4. Kutoka barabara ya stesheni kwenda Tumbo Avenue.
5. Kutoka Conference Centre mpaka Mtaa wa Wabera.

Sokoni Kariakoo

Soko la Kariakoo liko kama kilometa sita kutoka katikati ya mji wa Nairobi. Sokoni Kariakoo kunauzwa vitu vingi, vikiwa ni nyama, mboga, samaki, kuku, vikapu, nguo, vyombo vya jikoni, na vyakula vya kila aina. Bei ya vitu Kariakoo ni nafuu kuliko masoko mengine katikati ya mji. Watu wengi husafiri kila siku wakati wa chakula cha mchana kula "nyama choma", chakula kinachopendwa sana na watu wengi. Wananchi wengi wanapenda sana kununua vitu katika soko hilo.

Asha na rafiki yake Akinyi wanapenda sana kununua vitu katika soko hilo. Wanafanya kazi pamoja na wanakaa katika mtaa mmoja. Kwa hivyo, mara nyingi wao wakitoka kazini hupitia Kariakoo kununua vitu wanavyohitaji kabla ya kwenda nyumbani. Siku moja walikwenda kununua vitu kama kawaida.

(Mazungumzo 3: Asha, Akinyi na Mwuzaji)

Asha: Nasikia leo tunaweza kupata kuku Kariakoo kwa bei ya chini sana. Tupitie Kariakoo leo tujionee Akinyi, au wasemaje?

Akinyi: Haya, nitakuwa na wageni wikendi hii, kwa hivyo ninahitaji vitu vingi pale.

Asha: Tukimaliza kazi tu, twende zetu.

Akinyi: Haya vizuri.

(Baada ya kufika sokoni Kariakoo ...)

Mwuzaji: Eee, jamani mnakwenda wapi tena? Mbona hamtaki kununua vitu kwangu leo?

Asha: Shikamoo mama. Usiwe na wasiwasi tutanunua kwako kama kawaida. Lakini una mboga tu na tunahitaji kuku leo. Au tununue mboga kwanza Akinyi?

Akinyi: Ndiyo, nafikiri tununue mboga kwanza. Unauzaje kabichi leo mama?

Mwuzaji: Leo rahisi kabisa, shilingi ishirini na tano tu kilo moja.

Asha: Hiyo ni bei rahisi? Ah mama, tuuzie shilingi kumi na tano kwa kilo moja.

Mwuzaji: La mwanangu, siwezi kuziuza kwa shilingi kumi na tano kilo. Basi lipeni shilingi ishirini kwa kilo.

Asha: Hatuna shilingi ishirini; tutalipa shilingi kumi na nane na sumni.

Mwuzaji:	Haya. Mnataka kilo ngapi?
Akinyi:	Mimi nataka kilo tatu tafadhali.
Asha:	Na mimi nataka kilo moja tu. Je, una maembe mazuri leo?
Mwuzaji:	Ndiyo, kama kawaida; na bei ni shilingi tatu na sumni embe moja.
Akinyi:	Mama, mbona leo unauza vitu ghali hivyo?
Mwuzaji:	Sisi pia tunanunua ghali mwanangu. Lakini lipeni shilingi tatu.
Asha:	Nitanunua maembe matano, na unitafutie mazuri.
Mwuzaji:	Jichagulie mwenyewe yale unayotaka.
Akinyi:	Nataka maembe manne tafadhali. Nitajichagulia.
Asha:	Nipe nyanya kilo tatu. Je, bei gani?
Mwuzaji:	Shilingi kumi na tano tu kilo moja.
Asha:	La, nitalipa kama jana shilingi kumi na nne kwa kilo!
Mwuzaji:	Haya, tusibishane! Na wewe unataka kilo ngapi?
Akinyi:	La, mimi sitaki kununua nyanya, lakini nataka karoti kilo mbili, na mchicha mafungu manne. Bei gani?
Mwuzaji:	Karoti ni shilingi thelathini kilo moja na mchicha ni shilingi tano fungu moja. Mnataka kitu kingine?
Akinyi:	Mimi sitaki kitu kingine, asante.
Asha:	Vitunguu unauzaje?
Mwuzaji:	Kilo ni shilingi ishirini kama kawaida.
Asha:	Haya, nipe kilo mbili! Jumla nitalipa ngapi?
Mwuzaji:	Jumla ni shilingi … sabini na tano na senti hamsini.
Akinyi:	Na jumla yangu ni shilingi ngapi?
Mwuzaji:	Bili yako ni … shilingi mia moja arobaini na saba na sumni.
Asha:	Hizi pesa zako mama. Kwaheri.
Akinyi:	Haya mama, hizi pesa zako. Kwaheri mpaka siku nyingine.
Mwuzaji:	Kwaherini, na karibuni tena.

Mazoezi

A. Jibu maswali haya:

1. Soko la Kariakoo liko wapi?
2. Je, vitu katika Kariakoo ni ghali?
3. Watu wengi huenda Kariakoo wakati wa adhuhuri kula nini?
4. Nani walikwenda kununua vitu Kariakoo?
5. Maembe yalikuwa bei gani?
6. Akinyi alinunua nini?

7. Asha alinunua vitu gani?
8. Mwuzaji aliuza karoti kwa bei gani?
9. Akinyi alilipa jumla ya shilingi ngapi?
10. Asha alilipa jumla ya shilingi ngapi?

C. Andika kinyume cha maneno haya:
1. soko _____
2. kuuza _____
3. kwenda _____
4. kumaliza _____
5. vizuri _____

6. mwuzaji _____
7. rahisi _____
8. hatuna _____
9. makubwa _____
10. machungu _____

Maneno ya sokoni na dukani

bei	(price)
duka	(shop)
ghali	(expensive)
hasara	(loss)
karoti	(carrot)
kibanda	(market stand)
kulipa	(to pay)
kupunguza	(to reduce)
maharagwe	(beans)
mahindi	(maize)
matunda	(fruits)
mayai	(eggs)
mboga	(vegetables)
mnunuaji/mnunuzi	(buyer)
mwuzaji	(seller)
nyama	(meat)
samaki	(fish)
senti	(cent)
shilingi	(shilling)
soko	(market)
sumni/sumuni/thumni	(fifty-cent coin)
unga	(flour)

Maswali na majibu ya sokoni na dukani

S. Sukari kilo moja (ni) bei gani?

J. Sukari kilo moja ni shilingi arobaini na mbili.

S. Majani ya chai paketi moja (ni) bei gani?

J. Majani ya chai paketi moja ni shilingi hamsini na sumni.

S. Mchicha fungu moja (ni) bei gani?

J. Mchicha fungu moja ni shilingi tano.

S. Viazi kilo moja unauzaje?

J. Ninauza kilo moja kwa shilingi kumi na tano.

S. Vitunguu maji kilo moja (ni) bei gani?

J. Kilo moja ni shilingi ishirini.

S. Kitambaa hiki meta moja (ni) bei gani?

J. Meta moja ni shilingi arobaini na saba.

S. Shati hili (ni) bei gani?

J. Bei yake ni shilingi mia nne na hamsini.

S. Maembe haya (ni) bei gani?

J. Embe moja ni shilingi nne na senti hamsini.

S. Mayai dazeni moja (ni) bei gani?

J. Mayai dazeni moja ni shilingi sabini.

S. Chupa moja ya bia (ni) bei gani?

J. Bia ya Tusker ni shilingi sabini, na Pilsner ni shilingi themanini.

S. Chumvi paketi moja (ni) bei gani?

J. Chumvi paketi moja ni shilingi ishirini.

S. Kitabu hiki (ni) bei gani?

J. Kitabu hiki (ni) shilingi mia tatu.

S. Nyanya kilo moja ni bei gani leo?

J. Leo rahisi kabisa. Kilo moja ni shilingi ishirini.

S. Karoti unauzaje?

J. Kilo moja ni shilingi arobaini.

S. Mafuta ya kupikia lita moja (ni) bei gani?

J. Lita moja ni shilingi kumi na mbili.

S. Unga wa mahindi (ni) bei gani paketi moja?

J. Paketi moja ya kilo mbili ni shilingi hamsini na tano.

Mazungumzo 4: Kwa Daktari

Mgonjwa:	Hujambo daktari?
Daktari:	Sijambo sana Mama Njau. Habari gani?
Mgonjwa:	Nzuri, lakini Njau hajisikii vizuri.
Daktari:	Alaa, pole sana. Karibu kiti. Njau anaumwa na nini?
Mgonjwa:	Asante daktari. Njau anatapika na hataki kula.
Daktari:	Alianza lini kutapika?
Mgonjwa:	Kama siku mbili zilizopita.
Daktari:	Tafadhali mvue mtoto nguo na umlaze pale. Je, ana homa?
Mgonjwa:	Ndiyo, huwa na homa mara kwa mara, lakini si homa kali sana.
Daktari:	Anakubali kunywa?
Mgonjwa:	Ndiyo, anakunywa kidogo, lakini baadaye anatapika.
Daktari:	Anaharisha?
Mgonjwa:	Ndiyo, pia anaharisha, lakini si sana.
Daktari:	Ninafikiri kwamba Njau amekula kitu kibaya kikamwambukiza viini tumboni. Lakini kwa kuhakikisha, naomba ulete choo chake kesho asubuhi kusudi tukipime. Sasa nitakupa dawa ambayo utampa kijiko cha chai kimoja, mara tatu kwa siku.
Mgonjwa:	Haya daktari. Nitaleta choo chake kesho asubuhi.
Daktari:	Kama hataki kula usimlazimishe mpaka amalize dawa hiyo. Halafu naomba umrudishe hapa kusudi nione hali yake.
Mgonjwa:	Asante sana daktari. Kwaheri.
Daktari:	Kwaheri Mama Njau.

201

Zoezi

A. Uliza maswali ya majibu haya:

1. Njau anaumwa.
2. Njau anatapika na hataki kula.
3. Daktari anamwambia mama amvue Njau nguo.
4. Ndiyo Njau ana homa pia.
5. Ndiyo anaharisha.
6. Daktari anahisi kwamba Njau ana viini vya maradhi tumboni.
7. Daktari anamwambia Mama Njau alete choo cha Njau.
8. Njau amepata dawa kutoka kwa daktari.
9. Mama atampa kijiko cha chai mara tatu kwa siku.
10. Daktari anataka kupima choo cha Njau.

B. Andika kinyume ("opposite") cha maneno haya:

1. daktari _____
2. ugonjwa _____
3. uchafu _____
4. hajisikii _____
5. hataki _____

6. kuanza _____
7. kukubali _____
8. tukupime _____
9. usimlazimishe _____
10. umrudishe _____

Magonjwa

ambukizo	(infection)
homa	(fever)
jeraha	(wound)
jipu	(abscess)
kaswende	(syphilis)
kichocho	(bilharzia)
kidonda	(sore)
kifaduro	(whooping cough)
kifafa	(epilepsy)
kifua kikuu	(tuberculosis — T.B.)
kigegezi	(sea sickness)
kinyaa	(nausea)
kipele	(acne)

kipindupindu	(cholera)
kisonono	(gonorrhoea)
kuhara damu	(to have diarrhoea with blood)
kuharisha	(to have diarrhoea)
kutoa mimba	(to abort)
kutokwa na mimba	(to have a miscarriage)
kuumwa	(to have pain)
kuumwa na kichwa	(to have a headache)
kuumwa na tumbo	(to have stomachache)
kuumwa na mgongo	(to have backache)
kuvimba	(to swell)
kuvimbiwa	(to be constipated, oversatisfied)
kuvunjika	(to be broken)
kuzimia/kuzirai	(to faint)
mafua	(a cold)
makamasi	(catarrh)
malaria	(malaria)
matende	(elephantiasis)
matubwitubwi	(mumps)
minyoo	(worms)
niumonia	(pneumonia)
ndui	(smallpox)
pepopunda	(tetanus)
tapika (ku-)	(to vomit)
surua	(measles)
tetekuwanga	(chickenpox)
yabisi	(rheumatism)
ugonjwa	(sickness)
ugonjwa wa kupooza	(polio)
ukoma	(leprosy)
UKIMWI	(AIDS)
usaha	(pus)

Hospitalini na madawa

daktari	(doctor)
damu	(blood)
dawa	(medicine)
dunga sindano	(inject)
duka la madawa	(pharmacy; chemist's shop)
gari la wagonjwa	(ambulance)
hospitali	(hospital)
jisikia (ku-) vizuri	(to) feel good, that is, better
kadi	(card)
karani	(clerk)
kidonge	(tablet)
kitanda cha mgonjwa	(sick bed)
lazwa (ku-) hospitali	(to) be admitted to hospital
magonjwa	(sicknesses; diseases)
matibabu	(treatment/s)
mgonjwa	(sick person; patient)
mimba	(pregnancy)
pima (ku-)	(to) examine
paka (ku-) dawa	(to) apply medicine
pona (ku-)	(to) recover
sindano	(injection; syringe)
tibu (ku-)	(to) treat
tiwa (ku-) damu/maji	(to) get blood/water infusion
wodi	(ward)
zahanati	(dispensary)

VIUNGO VYA MWILI

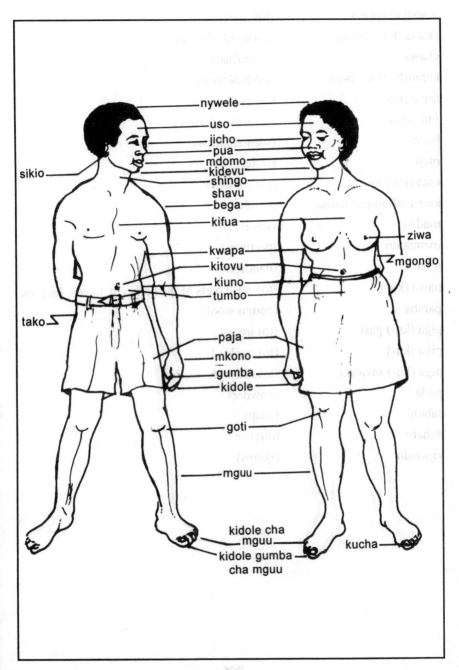

nywele
uso
jicho
pua
mdomo
kidevu
shingo
shavu
bega
sikio
kifua
ziwa
kwapa
kitovu
mgongo
kiuno
tumbo
tako
paja
mkono
gumba
kidole
goti
mguu
kidole cha mguu
kucha
kidole gumba cha mguu

Usafi

ambukiza (ku-)	(to) infect
chana (ku-) nywele	(to) comb the hair
chawa	(louse/lice)
chemsha (ku-) maji	(to) boil water
fagia (ku-)	(to) sweep
fua (ku-)	(to) wash clothes
hedhi	(menstruation)
maji	(water)
kata (ku-) kucha	(to) cut nails
kichana/kitana/chanuo	(comb)
madoa	(stains)
manukato	(perfume)
mba	(dandruff)
nawa (ku-)	(to) wash parts of the body e.g. hands, face, etc.
pamba	(cotton wool)
piga (ku-) pasi	(to) iron
pika (ku-)	(to) cook
piga (ku-) mswaki	(to) brush the teeth
poda	(powder)
sabuni	(soap)
uchafu	(dirt)
vijidudu	(germs)

HADITHI

1. Sikio na Mbu

Hapo zamani za kale, Kijana Mbu na Binti Sikio walikuwa marafiki wakubwa. Urafiki wao ulikuwa wa kweli, hata wakawa wakitembeleana, kuaminiana, na kupendana sana. Mbu alipoona jinsi urafiki wao ulivyositawi, alikata shauri kumwoa Binti Sikio. Kama desturi za ndoa, Kijana Mbu hakumwambia Binti Sikio, lakini alitaka kwanza kuwaomba wazazi wa Sikio ruhusa ya kumwoa binti yao.

Kijana Mbu alikwenda kwa wazazi wa Sikio kupeleka posa yake. Wazazi wa Sikio walimkaribisha Mbu vizuri na baada ya kula, Mbu aliwaeleza kuhusu mapenzi yake kwa Sikio na kwamba angependa Sikio awe mke wake. Wazazi wa Sikio walifurahi sana kusikia maneno yale kwa sababu walimfahamu Mbu kwa siku nyingi na kwamba alikuwa na urafiki na binti yao. Baba yake Sikio alimweleza Mbu kwamba wao hawana sababu yoyote ya kuzuilia ndoa hiyo, lakini iliwabidi wamwulize binti yao Sikio kwanza kama anataka kuolewa na Mbu. Walimshauri arudi baada ya siku chache ili apewe majibu kamili.

Sikio aliporudi nyumbani jioni, wazazi wake walimweleza kwa furaha kuhusu posa ya Mbu. Walistaajabu kuona kwamba Sikio hakufurahishwa na habari hiyo. Mama akamwuliza: "Sisi tulifikiri kwamba unampenda Mbu; kwa nini hukufurahia posa yake?"

Mimi sitaki kuolewa na Mbu", Sikio alisema kwa hasira.

Kwa nini hutaki kuolewa na Mbu?" Mama aliuliza.

"Kwa sababu Mbu amekonda sana na atakufa tu, halafu nitabaki bila mume."

Wazazi wa Sikio walishangaa zaidi lakini wasingeweza kumlazimisha binti yao kuolewa na yeyote bila hiari yake. Basi walimsubiri Mbu mpaka arudi ili wamweleze majibu ya Sikio.

Kijana Mbu alipokuja, walimweleza jinsi binti yao alivyosema, na kweli Mbu pia alishangaa sana. Hata hivyo aliona afadhali amwulize mwenyewe tena. Kwa hivyo alikwenda kwa Sikio kujaribu tena bahati yake. Lakini Sikio alimjibu vile vile alivyowajibu wazazi wake. Mbu alikasirika akamwambia: "Mimi nilifikiri kwamba unanipenda. Kumbe hunipendi hata kidogo. Nitawezaje kufa?" Lakini Sikio hakutaka kuzungumzia juu ya jambo hilo tena kwa vile alikuwa ameshakata shauri.

Mbu alipoona kwamba amempoteza Sikio kabisa, alimwambia kwa hasira: "Kutoka leo, mimi nitakutembelea kila usiku kukuonyesha kwamba sijafa. Nitaishi maisha marefu kama wewe."

Basi kutoka siku hiyo mpaka leo, Kijana Mbu humtembelea Sikio kila usiku na hupiga makelele Zzzzzzzz kumwonyesha Sikio kwamba hajafa.

Maneno magumu

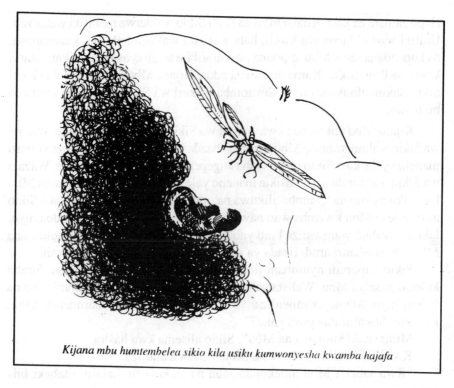

Kijana mbu humtembelea sikio kila usiku kumwonyesha kwamba hajafa

aminiana (ku-)	(believe each other; trust each other)
binti	(daughter)
hasira	(anger)
hiari	(wish/will)
kale	a long time ago
karibisha (ku-)	(to) welcome; (to) invite
ndoa	(marriage)
mapenzi	(love)
shauri (ku-)	(to advise)
sitawi (ku-)	(to) flourish; prosper
staajabu (ku-)	(to) be astonished
subiri (ku-)	(to) wait
tembeleana (ku-)	(to) visit each other

posa	(marriage proposal)
ruhusa	(permission)
zuia (ku-)	(to) prevent

Mazoezi

A. Baada ya kusoma na kuelewa hadithi hiyo, uliza maswali na uyajibu mwenyewe kwa mfano ufuatao:

Swali: Nani walikuwa marafiki?

Jibu: Mbu na Sikio walikuwa marafiki.

Swali: Mbu alitaka kufanya nini?

Jibu: Mbu alitaka kumwoa Binti Sikio.

B. 1. Chagua vitendo/vitenzi (verbs) kutoka kwenye hadithi.
   2. Chagua majina yote na ujaribu kuyaweka kwenye ngeli zao.

2. Abunuasi na Sufuria

Hapo zamani, katika nchi moja ya Bara la Afrika paliishi mtu mmoja aliyeitwa Abunuasi. Abunuasi alikuwa mjanja sana na watu wote wa kijiji walimpenda, na mara nyingine walimchukia kwa sababu ya ujanja huo wake. Abunuasi hakuwa tajiri, na umaskini wake ulimfanya mara nyingine atumie ujanja kwa kuishi. Nyumbani kwa Abunuasi hakukuwa na vitu vingi vya jikoni. Alikuwa na sahani mbili, vikombe viwili, na kadhalika. Alikuwa pia na sufuria mbili ndogo tu. Alipopata wageni, ilimbidi aende kwa jirani kuazima sufuria kubwa ili awapikie wageni. Abunuasi alichoka kuazima sufuria kila mara, na alitaka sufuria yake mwenyewe, lakini hakuwa na pesa za kununua. Alifikiria ujanja atakaotumia kupata sufuria moja kubwa bila ya kulipa. Abunuasi alipata jawabu kama kawaida.

Baada ya wiki moja, Abunuasi alikwenda kwa jirani kuazima sufuria kubwa, na jirani mwema akamwazima bila wasiwasi. Baada ya siku chache, Abunuasi alirudisha sufuria kwa jirani, pamoja na sufuria nyingine ndogo. Jirani alishangaa na akamwambia Abunuasi, "Bwana Abunuasi, sufuria hii ndogo si yangu. Mimi nilikuazima sufuria kubwa tu."

Abunuasi akamjibu kwa heshima, "Naam jirani yangu mwema. Sufuria ndogo ni yako pia. Sufuria yako kubwa uliyoniazima ilizaa ilipokuwa kwangu, na sitaki kukuibia hata kidogo, kwani umenisaidia siku nyingi."

Jirani alizidi kushangaa na akasema, "Yaani sufuria hii ndogo ni mtoto wa sufuria yangu kubwa?"

Abunuasi akamjibu, "Ndiyo, na ninakushukuru sana kwa msaada wako. Natumaini ninaweza kuazima sufuria yako nikiihitaji tena."

Jirani akamjibu, "Bila shaka unaweza kuazima sufuria yangu tena. Loo! Naona nyumba yako ni ya ajabu. Mpaka sufuria zinazaa?"

Baada ya wiki chache Abunuasi alirudi kwa jirani yule yule, na akaazima sufuria ile ile kubwa tena. Jirani alimpa Abunuasi sufuria kwa furaha akitarajia kwamba itazaa tena. Abunuasi alichukua sufuria na akaenda nyumbani. Jirani aliingojea sufuria yake siku nyingi lakini wapi, Abunuasi hakuirudisha sufuria ya jirani. Jirani hakuweza kustahimili tena, kwa hivyo alikwenda mwenyewe kwa Abunuasi.

Abunuasi alipomwona, alijifanya mwenye fikira nyingi na masikitiko. "Karibu ndani jirani mwema. Hujambo na habari za nyumbani?" Jirani akamjibu, "Sijambo sana Abunuasi na nyumbani wote hawajambo. Nimekuja kuchukua sufuria yangu."

"Oh jamani, nilishindwa kuja kwako kukueleza msiba nilioupata."

Jirani alishtuka na kusema, "Pole sana, msiba gani huo?"

Abunuasi alimjibu, "Jirani yangu, sufuria yako ilikufa siku chache zilizopita." Jirani alishindwa kucheka au kulia, akamwangalia Abunuasi kwa dakika chache kisha akasema, "Wewe usiniletee ujanja wako. Tangu lini sufuria zinakufa?" Abunuasi alimjibu bado akiwa na masikitiko, "Kweli kabisa ndugu yangu, sufuria yako ilikufa."

Jirani alishikwa na hasira alipogundua ujanja aliofanyiwa na Abunuasi, akamtukana huku kijasho kikimtoka: "Wewe mshenzi wa mwisho, huna adabu kuniibia. Sufuria hazifi wala sijasikia kitu kama hicho dunia hii."

Abunuasi aliinuka akamwuliza, "Alaa, hujasikia kitu kama hicho, eee? Lakini ulikubali kwamba sufuria zinazaa, na unajua kwamba kila kitu kinachozaa lazima kife. Sasa, sufuria kama inaweza kuzaa kwa nini haiwezi kufa?" Jirani alishindwa la kumjibu Abunuasi, akaenda nyumbani.

Abunuasi alifaulu kupata sufuria kubwa bila kulipa, lakini akapoteza jirani mwema.

Sufuria yako ilizaa ilipokuwa kwangu

3.   Abunuasi na Askari wa Mfalme

Kama tulivyosoma katika hadithi nyingine, Abunuasi alikuwa mtu mjanja sana. Ujanja wake wakati mwingine uliwasaidia watu na wakati mwingine ulileta hasara, chuki, na hasira. Abunuasi aliwaonea hasa watu ambao ni wakatili na matajiri walioangamiza wenzao. Abunuasi alikuwa pia rafiki mkubwa wa Mfalme wa nchi yao, kwa sababu alimsaidia Mfalme mara kwa mara kutatua matatizo ya raia wengine.

211

Siku moja, Abunuasi alitaka kumwona Mfalme, kwa hivyo alikwenda nyumbani kwa Mfalme. Mlangoni, alikutana na askari ambaye alikuwa akilinda lango na waliamkiana. "Hujambo Abunuasi?" askari alimwamkia Abunuasi. "Sijambo sana Bwana Askari. Habari gani?" alimjibu Abunuasi.

"Nzuri sana, una shida gani leo?" Askari aliuliza.

"Ninataka kumwona Mheshimiwa Mfalme."

Askari huyo alijua kwamba Mfalme alimpenda sana Abunuasi, na kila (mara) Abunuasi alipomtembelea alipata zawadi.

"Mfalme ana kazi nyingi sana leo, huwezi kumwona", Askari alisema.

"Tafadhali bwana nina shida kidogo na lazima nimwone leo", Abunuasi alimwomba.

"La, nimesema haiwezekani. Lakini labda ninaweza kukuruhusu uingie kama utakubali maneno yangu", Askari alisema.

"Haya, hebu niyasikie maneno yako basi", Abunuasi alimjibu. "Nataka uniahidi kunipa nusu ya chochote utakachopata kwa Mfalme. Ni hayo tu!"

"Alaaa! Hayo tu mzee? Hamna shida, utapata nusu ya chochote nitakachopata kutoka kwa Mfalme. Hiyo ni ahadi!"

Kwa hivyo Abunuasi akapata ruhusa ya kuingia kwa Mfalme. Alipoingia, Mfalme alifurahi sana kumwona rafiki yake. Abunuasi alimwamkia Mfalme kwa heshima: "Shikamoo mheshimiwa?"

"Marahaba Abunuasi, karibu kiti. Habari gani?" Mfalme alimwuliza.

"Mimi sijambo mheshimiwa, asante sana." Baada ya mazungumzo ya salamu, Mfalme alimwuliza Abunuasi kuhusu shida iliyomleta kwake, na Abunuasi alimjibu, "Mheshimiwa, nina shida kidogo tu leo."

"Shida gani rafiki yangu? Nitakusaidia bila shaka nikiweza", Mfalme alisema.

"Asante sana mheshimiwa, lakini nataka unipige viboko mia!" Abunuasi alimjibu. Kwanza Mfalme hakuamini masikio yake lakini Abunuasi alirudia maneno yale yale. "Kwa nini nikupige mwanangu? Hujanikosea hata kidogo!" Mfalme alisema kwa kushangaa.

"Lakini naomba tafadhali unitimizie haja yangu kisha nitakuambia sababu yake." Mfalme hakutaka kabisa kumpiga kijana huyu ambaye alimpenda kama mwanawe, lakini Abunuasi alisisitiza mpaka Mfalme akakubali.

Abunuasi alijilaza chini na Mfalme akaanza kumpiga kiboko kimoja kimoja akihesabu moja, mbili, tatu ..., lakini polepole, maana hakuona sababu yoyote ya kumpiga kwa nguvu. Vilipofika viboko hamsini, Abunuasi alimsimamisha Mfalme akasema. "Ngoja mheshimiwa, nina rafiki yangu hapa nje ambaye nilimwahidi nusu ya chochote nitakachopata kutoka kwako. Kwa hivyo lazima nitimize ahadi yangu. Yeye atapata viboko vilivyobaki hamsini."

Mfalme alizidi kushangaa akamwuliza, "Rafiki gani huyo?"

Abunuasi akamjibu, "Askari wako wa mlangoni hakutaka niingie. Alisema kwamba una kazi nyingi, lakini ataniruhusu kuingia kama nitamwahidi nusu ya cho chote utakachonipa. Mimi nilikuwa na haja ya kukuona mheshimiwa, kwa hivyo ikanibidi nimpe ahadi hiyo."

Mfalme aliangua kicheko alipoelewa sababu ya Abunuasi kutaka kupigwa viboko. Askari wa mlangoni aliitwa, na Mfalme alimwuliza, "Je, eti rafiki yako Abunuasi ameniambia kwamba alikuahidi nini?" "Aliniahidi nusu ya chochote atakachopata kwako mheshimiwa", Askari alimjibu Mfalme huku akitabasamu. "Alaa; kumbe! Abunuasi amepata viboko mia. Nimempiga viboko hamsini na wewe utapata vingine hamsini kama alivyokuahidi. Sawa hivyo?"

Maskini Askari alipigwa viboko hamsini tena kwa nguvu. Kutoka siku hiyo hakuthubutu tena kumsimamisha Abunuasi mlangoni, wala kuwazuia watu wengine kumwona Mfalme bila sababu.

INSHA

1. Nchi ya Kenya

Kenya iko mashariki mwa bara la Afrika. Ina kilometa kama 608 za pwani ya Bahari Hindi. Majirani wa Kenya ni Tanzania upande wa kusini, Uganda upande wa magharibi, Sudan na Ethiopia upande wa kaskazini, na Somalia upande wa mashariki. Mji mkuu wa Kenya ni Nairobi. Kuna miji mingi mingine mikubwa kama Mombasa, Malindi, Kisumu, n.k. Mombasa ni bandari ya Bahari Hindi, na Kisumu ni bandari ya Ziwa Victoria, magharibi mwa Kenya.

Kenya imegawanywa katika mikoa minane, Nairobi, Mkoa wa Pwani, wa Kati, Bonde la Ufa, Nyanza, Magharibi, Kaskazini-máshariki, na Mashariki. Mikoa hii imegawanywa katika wilaya 40. Kuna makabila kama 42 na watu milioni 30 hivi katika nchi ya Kenya.

Kwa vile mstari wa Ikweta umepita katikati ya Kenya, hali ya hewa ni ya joto na kuna mvua ya kutosha. Kenya ni nchi ambayo imejaliwa milima na mito. Mto ambao ni mkubwa zaidi ni Tana, na mlima ambao ni mkubwa zaidi katika Kenya ni Mlima Kenya. Mlima Kenya (ambao hasa unaitwa Kirinyaga) uko Nyeri, kama kilometa 160 kutoka mji wa Nairobi, na una urefu wa meta 5,199.

Kenya ilitawaliwa na serikali ya Mwingereza kwa muda wa kama miaka 70, ambapo Wakenya waliteswa na kunyang'anywa mashamba na mali zao. Katika vita vya kwanza vya dunia, Waafrika wengi waliteswa kwa njia nyingi. Waafrika kama 165,000 walilazimishwa na Wakoloni kufanya kazi kama wapagazi, na kama 50,000 wao walikufa kwa njaa, magonjwa, na kazi ngumu. Baada ya vita vya kwanza, vijana wengi Waafrika walishikwa na kulazimishwa kuwafanyia kazi Wazungu katika mashamba yao. Mambo haya yaliwaudhi sana Waafrika na walilalamika sana na kuomba wapewe uhuru wa kila mtu kuchagua kazi yake. Katika mwaka wa 1922, kikundi kimoja cha Wakenya kilijaribu kupinga ukatili wa mkoloni kwa kufanya maandamano mjini Nairobi, lakini waliuawa wote. Kisa hiki kinajulikana kama "Kisa cha Harry Thuku".

Hayati Mzee Jomo Kenyatta, alianza kupigania uhuru wa Wakenya kwa nguvu baada ya kisa hicho. Mwaka wa 1947 alichaguliwa kuwa kiongozi wa Chama cha Umoja wa Waafrika. Wakenya, hasa wa bara, hawakuacha kupigania uhuru wao mpaka walipoupokea mwaka wa 1963. Hayati Mzee Jomo Kenyatta alifungwa jela pamoja na Wakenya wengine wakati Kenya ilikuwa katika hali ya hatari mwaka wa 1952 mpaka 1959. Wengi walikufa wakati huo kwa mateso na njaa pia, na huo ni wakati ambao hautasahaulika katika historia ya nchi ya Kenya.

Baada ya Mzee Jomo Kenyatta kufariki mwaka wa 1978, Mtukufu Daniel arap Moi aliuchukua uongozi na mpaka sasa, yaani mwaka wa 2000, anaiongoza nchi ya Kenya, akiwa rais.

Kenya inasafirisha nyama ya ng'ombe, kahawa, chai, pamba, na katanı. Kenya inajulikana kote ulimwenguni kwamba ni nchi nzuri na inawapendeza watalii wengi kutoka kila mahali. Serikali imejaribu sana kujenga barabara kutoka mji mkuu kwenda kila sehemu ya nchi ili kuwezesha usafiri mzuri. Wakenya wanajivunia amani na mapenzi kati yao.

Mungu azidi kuipenda na kuibariki nchi hii.

Kabila kubwa zaidi

Wakikuyu ni Wabantu ambao wanaishi katika Kenya. Kikuyu ni kabila kubwa zaidi kati ya makabila 42 ya Kenya.

Zamani kabla ya Wazungu kuja Kenya, Wakikuyu walikuwa na mila zao walizokuwa wakifuata, kuzingatia, na kujivunia. Inasikitisha kwamba mila hizi zinapotea na hakuna anayeshughulika nazo. Mila hizi zimemalizwa hasa na uzungu uliotuingilia.

Zamani, kwa vile hakukuwa na elimu ya shule, watoto walifundishwa mila na wazee wao. Kila jioni, wazazi waliwaeleza watoto wao asili ya Wakikuyu ambayo inaweza kulinganishwa na hadithi ya Biblia ya Adamu na Eva.

Kama ilivyoelezwa, Mkikuyu wa kwanza aliitwa Gikuyu, na mke wake aliitwa Mumbi. Watu hawa wawili waliletwa na Mungu mwenyewe na aliwaonyesha nchi ya Ukikuyu kutoka Mlima wa Kenya (Kirinyaga) ambayo aliwapa waishi.

Baadaye walipata watoto wa kike tisa, ambao majina yao mpaka leo yanaendelea kupewa watoto wanaozaliwa. Majina hayo yalikuwa Wairimu, Wanjiru, Wangari, Wanjiku, Wangui, Warigia, Wacheera, Wambui, na Waithera. Wakikuyu pia wamegawanywa katika vikundi tisa kulingana na ukoo wa wasichana wa Gikuyu.

Lakini shida ilikuwa kwamba hapakuwa na vijana au mwanamume mwingine isipokuwa Gikuyu. Mambo haya yalimsumbua sana akili Mzee Gikuyu kwa sababu hakujua atawaoza nani binti zake, na hakujua nani atakayemrithi. Gikuyu alipopata shida hiyo ambayo hakujua aitatueje, alimtolea Mungu sadaka chini ya mbuyu na kumweleza shida zake. Mungu alimwambia arudi siku ya pili baada ya kutoa sadaka chini ya mbuyu. Aliporudi alikuta vijana wazuri tisa, ambao aliwaoza binti zake.

Kwa vile wale vijana walikuwa wageni, wanawake walikuwa wakuu wa nyumba, na walikwenda kuwinda kama walivyokuwa wakifanya kabla ya kuolewa. Wanaume walibaki nyumbani, na walipika, kulea watoto, na kufanya kazi zingine za nyumbani. Mambo haya yaliendelea kwa miaka mingi.

215

Wanaume hawakufurahia mpango huo na walitaka wawe wakuu wa nyumba, lakini waliwaogopa wanawake kwa vile walikuwa wakali. Siku moja walipokuwa wakiwinda, wanaume walifanya mkutano kutafuta njia ya kupindua taratibu hiyo ya wanawake kuwa wakuu wa nyumba. Katika mazungumzo waligundua kwamba wanawake hawana nguvu hata kidogo wakiwa na mimba. Kwa hivyo walikata shauri kuwatia wanawake wote mimba wakati mmoja ili waipindue taratibu hiyo. Walipofaulu kuwatia mimba wake zao wote, waliwavamia na kunyakua madaraka hayo. Wanawake hawakuweza kujitetea kwa sababu hawakuwa na nguvu zozote za kupigana. Kutoka siku hiyo wanaume wakawa wakuu wa nyumba.

Baada ya hapo, wanaume walijipatia uhuru wa kuoa wake wengi kama walivyotaka. Katika historia ya Wakikuyu hakuna mwanamume aliyejulikana kuwa gumba. Hii ni kwa sababu wanaume wa rika moja (waliotahiriwa katika mwaka mmoja) walibadilishana wake. Hii ni kusema kwamba mwanamume ambaye ameoa angeweza kwenda katika nyumba ya mwenzake na kuweka mkuki wake nje ya nyumba ya mke wa mwenzake ambaye anamtaka na akalala naye. Mume mwenye nyumba akija na kuona mkuki wa mwenzake atajua kwamba mzee rika lake yuko na mke wake, na hawezi kupinga hata kidogo. Yeye pia angeweza kufanya hivyo hivyo kama angetaka.

Kwa hivyo, hata kama mwanamume asingeweza kumtia mimba mke wake, mwenzake alimfanyia kazi hiyo. Ni wanawake tu ambao walijulikana kuwa tasa, na walipata shida sana katika maisha. Mtoto alipozaliwa katika hali hii, alikaribishwa nyumbani kama mtoto wa baba mwenye nyumba, hata kama sura yake isingefanana na ya baba mzazi. Pia ilikuwa dhambi kubwa kutaja kitu kama hicho kwa yule mtoto. Hii kwa kweli haikuwa mila ya kujivunia, lakini ilisaidia kukuza ukoo, kitu ambacho ni muhimu sana katika kabila hili.

Mila nyingine ambayo kwa kweli haikuwa nzuri ni kutahiri wasichana. Kiutabibu haikuwa nzuri, lakini iliwasaidia wasichana kutoka hali ya utoto kuingia hali ya utu uzima. Hii ni shida ambayo hata Wazungu wanayo ("maturity") na watoto wanapata shida sana katika wakati huo. Mila ambazo kwa mfano zingezingatiwa mpaka leo ni kama sherehe za ndoa; mtoto kuzaliwa na kumpa jina linalohusika na ukoo na kumbatiza jina hilo hilo; kutahiriwa kwa wavulana na sherehe zake; sherehe za pamoja za ukoo wote ambazo zilifanywa mara kwa mara; na pia kuzingatia lugha za kienyeji na kuwafundisha watoto kusema lugha za wazazi wao.

Tusiige tabia na mila za wenzetu ambazo kwa kweli hatuzielewi wala kujua maana yake. Badala yake, tujaribu kuzingatia mila za babu zetu ambazo zinaweza kuambatana na maisha ya kisasa.

Ramani ya Kenya

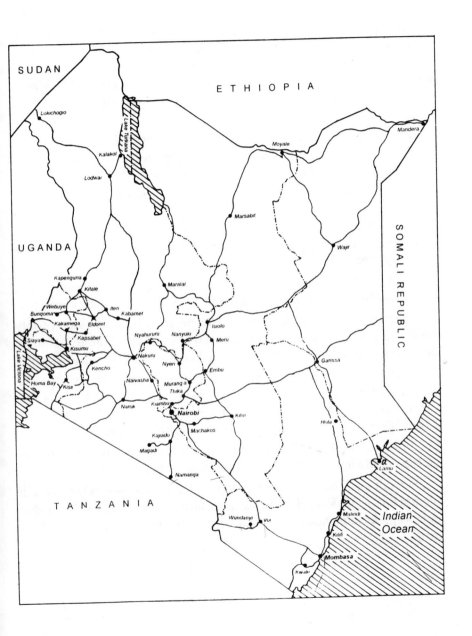

2. Nchi ya Tanzania

Nchi ya Tanzania iliitwa Tanganyika mpaka mwaka (wa) 1964 ilipoungana na Zanzibar. Hadi vita vya kwanza vya dunia, Tanganyika ilikuwa koloni la Wajerumani na baada ya hapo ikawa koloni la Waingereza mpaka mwaka (wa) 1961. Tanzania ilipata uhuru tarehe 9 Disemba mwaka (wa) 1961. Hayati Mwalimu Julius Kabarage Nyerere alichaguliwa kuwa rais wa kwanza wa Tanzania.

Wakati huo mji mkuu wa Tanzania ulikuwa Dar es Salaam ambao sasa umehamishwa kwenda Dodoma, mji ambao uko karibu na katikati ya nchi. Dar es Salaam ni bandari ya Tanzania kwenye Bahari Hindi.

Katika Tanzania kuna watu karibu milioni 30, na wengi wao ni wakulima. Watanzania wengi ni aidha Waislamu au Wakristo. Kuna makabila 122 katika Tanzania, lakini Kiswahili na Kiingereza ni lugha rasmi. Si kila Mtanzania anayezungumza Kiingereza, lakini karibu kila Mtanzania anazungumza Kiswahili licha ya lugha ya kienyeji.

Nchi jirani ni Msumbiji, Malawi na Zambia upande wa kusini, Zaire, Rwanda na Burundi upande wa magharibi, na Kenya na Uganda kaskazini.

Tanzania iko karibu na ikweta, kwa hivyo hali ya hewa ni ya joto isipokuwa sehemu zilizo juu sana za usawa wa bahari. Mazao makuu ya Tanzania ni pamba, kahawa, chai, ngano, ndizi, karafuu, korosho, na karanga.

Tanzania inajivunia mlima ambao ni mrefu na mzuri kuliko milima yote Afrika. Mlima huu ambao uko karibu na mji wa Moshi unaitwa Kilimanjaro na unajulikana kote ulimwenguni. Tanzania ina visiwa vya Unguja, Pemba, na Mafia ambavyo viko katika Bahari Hindi.

Baada ya mwalimu Julius Nyerere kung'atuka mwaka wa 1985, Bwana Ali Hassan Mwinyi aliuchukua urais kuwa rais wa pili wa Tanzania.

Serikali ya Tanzania inajaribu kuelimisha watoto wote nchini, na kila mtoto lazima aende shuleni. Watu wazima ambao hawakuweza kwenda shuleni na hawajui kusoma hupata mafunzo ya watu wazima saa za jioni baada ya kazi.

Ramani ya Tanzania

"Utamaduni ndio kiini na roho ya taifa lo lote ... Jinai kubwa kabisa ya ukoloni ni kutufanya sisi tuamini kwamba tulicho nacho hakina thamani, yaani kwamba hicho ni kitu cha kukionea aibu badala ya kujivunia!...

... wengine wetu, hasa wale waliopata Elimu ya Kizungu, waliamua kuwaonyesha wakoloni waliotutawala kwamba sisi pia tumestaarabika! ... Katika kipindi fulani ilikuwa ni sifa na si matusi kumwita mtu ambaye alikuwa anawaiga Wazungu "Mzungu Mweusi" ! ... Taifa ambalo halitaki kujifunza kutokana na utamaduni wa kigeni, kwangu ni kama taifa la wenda wazimu! ...

... Hata hivyo si lazima kuachana na historia yetu kwa sababu ya kujifunza kutoka kwa wageni. Hasa tunaweza kujifunza mengi kutokana na ujuzi na elimu ya kila aina ambayo inatusaidia kuendeleza na kuimarisha utamaduni wetu wenyewe."

Mwalimu J. K. Nyerere

220

221

Majibu ya Mafumbo ya Maneno

Zoezi la 34 (Mraba wa kwanza)

M	W	A	F	R	I	K	A		D	A	K	T	A	R	I
Z			U	A				S	A	F	I				
U	G	A	N	D	A			R	I	S	A	S	I		
N			G	I	Z	A		J	E	S	U	S			M
G		Z	A	O			S	A	S	A					T
U	Z	A			T			S		E	L	I	M	U	
	I	N	D	I	A			A			I	A			
	D			K	A	B	I	L	A			Y			
N	Y	I	M	B	O			A	F	R	I	K	A		
		S			U	B	A	Y	A			I			
	N	I			Z		M	A	F	U	A		N		
	M	A	C	H	O	I			I		Y				
S		H		M		K		K	I	A	T	U			
I		A		B	A	U		I		M					
S	I	N	I		M	D	O	M	O		B				
I	M	B	A		A	T		B	A	R	U	A			
	O	A			J	A	N	A							

Zoezi la 34 (Mraba wa pili)

Mchezo wa maneno (crossword) — maneno yaliyojazwa:

A	C	H	U	N	G	W	A				M	A	E	M	B	E
	H			H		L	I	P	A				E		
A		N	Y	A	N	Y	A		U			S	U	T	I
A	I	D	I	L		G	A	U	N	I			P		
		N	Y	I	N	G	I		G		M	K	E	K	A
U	M	L	A		Z		U		A						V
	A			A		Z		T	A	M	U				Y
	E		R	A		L	U		B				O		
M	N	U	N	U	A	J	I		I	N		O		M	B
	B		G	H			I	T		D		G			B
B	E	L	A	I		G	A	R	A	M	A			B	O
		P	E	S	A		A			A		V			V
		I		I	S	H	I	R	I	N	I		J	I	V	Y
N				A			I		K	A	H	A	W	A	
Y	A	I		M		M		M	A	N		Z		J	
				S	O	K	O		N	I		I		I	
M	A	H	I	N	D	I		I		J		N			I	K
A			U		N	I	N	A			A	M	B	A	Y	O
	P	A	K	E	T	I									N
O	M	B	E	A		M		H		S	U	M	N	I	
	S		K	I	T	A	M	B	A	A		H		A	
	D	A	Z	E	N	I		J		S		I		N	
J	U	U		B		I		A		L		E			
U	K	U	L	I	P	A		R	A	H	I	S	I	
M	I	A		N				A		N					
L			D	A	W	A				G					
A	M	A	Z	I	W	A		J	A	D	I	L	I	A	N	A

ORODHA YA MSAMIATI

(VOCABULARY LIST:
Kiswahili — Kiingereza)

A

acha (ku-) — leave (to); abandon (to); stop (to) doing something

adabu (n-n-) — manners

adhabu (n-n-) — punishment

adhibu (ku-) — punish (to)

adhuhuri (n-n-) — noon

adui (n-n-) — enemy

afadhali — better, preferable

afya (n-n-) — health

aga (ku-) — say (to) goodbye; take (to) leave of

agiza (ku-) — order (to)

Agosti (n-n-) — August

ahadi (n-n-) — promise

ahidi (ku-) — promise (to)

ahirisha (ku-) — postpone (to); adjourn (to)

aibu (n-n-) — shame; disgrace

aidha — either; or; moreover

aina (n-n-) — type

ajabu (n-n-) — wonder

ajali (n-n-) — accident

ajiri (ku-) — employ (to)

-ake — his; hers; its

akili (n-n-) — brain

-ako — your

alasiri (n-n-) — afternoon

alfajiri (n-n-) — dawn

Alhamisi — Thursday

alika (ku-) — invite (to)

amani (n-n-) — peace; confidence

ambatana (ku-) — stick (to) together; accompany (to) each other

ambia (ku-) — tell (to)

ambukiza (ku-) — infect (to)

ambukizo (ma-) — infection

ami (n-n-) — uncle

amini (ku-) — believe (to)

-aminifu — trustworthy; honest

amka (ku-) — awake (to)

amkua (ku-) — greet (to)

amua (ku-) — decide (to); judge (to)

andaa (ku-) — prepare (to)

andika (ku-) — write (to)

andikisha (ku-) — register (to); dictate (to)

angalia (ku-) — look (to)

angamiza (ku-) — destroy (to); ruin (to); oppress (to)

-angu — mine

anguka (ku-) — fall (to)

anuani (n-n-) — address

anza (ku-) — start (to); begin (to)

-ao — their

Aprili — April

ardhi (n-n-) — earth; ground; land

arobaini — forty

asali (n-n-) — honey

asante (n-n-) — thanks; gratitude

asili (n-n-) — origin

askari (n-n-) — soldier; policeman; guard

asubuhi (n-n-) — morning

au — or; either

awali — former; before

azima (ku-) — borrow (to)

B

baada ya — after

baadaye — afterwards

baadhi — among; between

baba (n-n-) — father

babu (n-n-) — grandfather

badala ya — instead of
badili (ku-) — change (to)
badilisha (ku-) — exchange (to); change (to)
bado — yet; still; not yet
bahari (n-n-) — see; ocean
bahati (n-n-) — luck
bahatisha (ku-) — try (to) one's luck; guess (to); gamble (to)
baiskeli (n-n-) — bicycle
baki (ku-) — remain (to)
balozi (n-n-) — ambassador; consul
bandari (n-n-) — port
bara (ma-) — continent; upcountry
barabara (n-n-) — road
barafu (n-n-) — ice
baraza (ma-) — houseyard
bariki (ku-) — bless (to)
barua (n-n-) — letter
basi (ma-) — bus
basi; bas — o.k.; enough; well; so; and then
batiza (ku-) — baptize (to)
beba (ku-) — carry (to)
bega (ma-) — shoulder
bei (n-n-) — price
bia (n-n-) — beer
biashara (n-n-) — business; trade
bibi (n-n-) — grandmother; lady; Mrs.
Biblia (n-n-) — Bible
bidhaa (n-n-) — goods
bidi (ku-) — obligate (to)
bila — without
bili (n-n-) — bill
binadamu (n-n-) — human being
binti (n-n-) — daughter
bisha (ku-) — argue (to); knock (to)
-bivu — ripe

blanketi (ma-) — blanket
bonde (ma-) — valley
bora — better; preferable
bunge (ma-) — parliament
bustani (ma-) — flower garden
bwana (n-n-) — mister; gentlemen; master

C

-chache — few
-chafu — dirty
chafua (ku-) — make (to) dirty; soil (to)
chagua (ku-) — choose (to)
chai (n-n-) — tea
chakula (ki-vi-) — food
chama (ki-vi-) — party (political); club; society
chambua (ku-) — sort (to) out; grade (to); analyse (to); criticise (to)
chana (ku-) — comb (to) hair
chandalua (ki-vi-) — mosquito net
changa (ku-) — contribute (to)
changanya (ku-) — mix (to)
chawa (n-n-) — louse
cheka (ku-) — laugh
chelewa (ku-) — late (to be)
chemka (ku-) — boil (to)
chemsha (ku-) — bring/cause (to) boil
cheti (ki-vi-) — certificate
cheza (ku-) — play
chimba (ku-) — dig (to) out
chini — down
chini ya — under, below
chinja (ku-) — slaughter (to)
choka (ku-) — tired (to be)
choma (ku-) — burn (to) with fire; grill (to)

chombo (ki-vi-) — thing (material), e.g. tool, utensil
choo (ki-vi-) — toilet
chora (ku-) — draw (to)
chuki (n-n-) — hatred
chukia (ku-) — hate (to)
chukua (ku-) — take (to); pick (to)
chumba (ki-vi-) — room
chumvi (n-n-) — salt
chunga (ku-) — look (to) after
chungu (ki-vi-) — clay pot
-chungu — bitter
chungwa (ma-) — orange
chuo (ki-vi-) — college; school
chuo kikuu (ki-vi-) — university
chupa (n-n-) — bottle

D

dada (n-n-) — sister
dafu (ma-) — green/young coconut
dai (ku-) — claim (to)
dakika (n-n-) — minute
daktari (n-n-) — doctor
damu (n-n-) — blood
danganya (ku-) — cheat (to); deceive (to)
daraja (ma-) — bridge
darasa (ma-) — class; classroom
dawa (n-n-) — medicine; chemical
dazeni/dazani (n-n-) — dozen
deni (n-n-) — debt
dereva (n-n-) — driver
desturi (n-n-) — behaviour; custom; routine
dhambi (n-n-) — sin
dhani (ku-) — think (to); presume (to)
dharau (ku-) — despise (to)
dini (n-n-) — religion

dirisha (ma-) — window
Disemba (n-n-) — December
doa (ma-) — stain
-dogo — small
dola (n-n-) — dollar
duka (ma-) — shop; store
duka la madawa (ma-) — chemist shop; pharmacy
dumisha (ku-) — maintain (to)
dumu (ku-) — last (to)
dunga (ku-) — inject (to); pierce (to)
dunia (n-n-) — world

E

-ekundu — red
elekeza (ku-) — direct (to)
elewa (ku-) — understand (to)
eleza (ku-) — explain (to)
elimisha (ku-) — educate (to)
elimu (n-n-) — education
-ema — good; kind
embe (ma-) — mango
enda (ku-; kw-) — go (to)
endelea (ku-) — continue (to)
endesha (ku-) — drive (to); cause (to) anything to move or go
-enye — with; owner
-enyewe — self
-eupe — white
-eusi — black

F

faa (ku-) — suitable (to be)
fagia (ku-) — sweep (to)
fahamisha (ku-) — inform (to)
fahamu (ku-) — understand (to); know (to)

faida (n-n-) — profit

fanana (ku-) — resemble (to); identical (to be)

fanikiwa (ku-) — manage (to); succeed (to); prosper (to)

fanya (ku-) — do (to); make (to)

farasi (n-n-) — horse

fariki (ku-) — die (to)

faulu (ku-) — succeed (to)

Februari (n-n-) — February

ficha (ku-) — hide (to)

figo (ma-) — kidney

fika (ku-) — arrive (to)

fikiri (ku-) — think (to)

filamu (n-n-) — film

fisi (n-n-) — hyena

fomu (n-n-) — form

forodha (n-n-) — custom house office

fua (ku-) — wash (to) clothes

fuata (ku-) — follow (to)

fuga (ku-) — keep (to) animals; livestock

fujo (n-n-) — riot; disturbance

fukuza (ku-) — chase (to); run (to) after something

fumbo (ma-) — puzzle

fundi (ma-) — craftsman; skilled workman

fundisha (ku-) — teach (to)

funga (ku-) — close (to); fasten (to); fast (to)

fungu (ma-) — bundle

fungua (ku-) — open (to); unfasten (to); untie (to)

funika (ku-) — cover (to)

-fupi — short; low

furaha (n-n-) — happiness; joy

furahi (ku-) — happy (to be)

futa (ku-) — rub (to) off; wipe (to)

fyeka (ku-) — clear (to) out a bush for cultivation

G

gani? — which?; what sort?

gari (ma-) — car; vehicle

gari la wagonjwa (ma-) — ambulance

gawa (ku-) — share (to); divide (to); distribute

gawanya (ku-) — divide (to); divide (to) among

gazeti (ma-) — newspaper

-geni — strange; foreign

geuka (ku-) — turn (to)

ghafula/ghafla — suddenly

ghali — expensive

giza (n-n-) — darkness

goma (ku-) — strike (to); refuse (to)

gombana (ku-) — quarrel (to)

goti (ma-) — knee

gumba — sterile

-gumu — hard; difficult

gundua (ku-) — discover (to); find (to) out

gurudumu (ma-) — wheel

gusa (ku-) — touch (to)

H

habari (n-n-) — news

hadi — until

hadithi (n-n-) — story

haja (n-n-) — need

haki (n-n-) — right; justice

hakikisha (ku-) — confirm (to); make (to) sure

halafu — afterwards; later; and then

hali (n-n-) — condition; state; circumstances

halmashauri (n-n-) — committee

hama (ku-) — immigrate (to); move (to) away/out

hamia (ku-) — move (to) in/to

hamsini — fifty

hapana — no; no way

haraka (n-n-; adv.) — haste; quickly

haribika (ku-) — spoiled (to get); damaged (to get)

haribu (ku-) — damage (to); spoil (to)

harisha (ku-) — diarrhoea (to have)

harufu (n-n-) — odour; smell

hasa — especially

hasara (n-n-) — loss

hasira (n-n-) — anger

hata — even; not even

hatari (n-n-) — danger

hatua (n-n-) — step; pace

haya — o.k.; fine; right

hayati (n-n-) — departed; deceased

hebu! — hey; tell me; let me

hedhi (n-n-) — menstruation

hela (n-n-) — money

hema (ku-) — pant (to) for breath

hema (ma-) — tent

heri (n-n-) — blessings; better; preferable

herufi (n-n-) — alphabet

hesabu (n-n-) — arithmetic; counting; mathematics

hesabu (ku-) — count (to); add (to)

heshima (n-n-) — respect

heshimu (ku-) — respect (to)

hewa (n-n-) — air; weather

hiari (n-n-) — free choice/decision/will

hitaji (ku-) — need (to)

hivi/hivyo — this; that way; thus; so

hodari — clever; able; efficient; energetic

hofu (n-n-) — fear

homa (n-n-) — fever

hospitali (n-n-) — hospital

hoteli (n-n-) — hotel

hotuba (n-n-) — speech; sermon

hubiri (ku-) — preach (to)

hudhuria (ku-) — attend (to); participate (to)

huduma (n-n-) — service

hudumia (ku-) — serve (to)

I

iba (ku-) — steal (to)

idara (n-n-) — department

iga (ku-) — imitate (to)

Ijumaa — Friday

ila — except

ili — in order that/to

imani (n-n-) — faith

imarisha (ku-) — accomplish (to)

imba (ku-) — sing (to)

ingawa — although; even though

-ingi — many

ingia (ku-) — enter (to)

-ingine — some; other/s; another

ini (ma-) — liver

injili (n-n-) — gospel

insha (n-n-) — essay; text; composition

inua (ku-) — lift (to); raise (to)

-ipi? — which?

isha (ku-) — finish (to); come (to) to an end

ishi (ku-) — live (to)

ishirini — twenty

ita (ku-) — call (to)

iva (ku-) — ripe (to get); cooked (to get)

J

jaa (ku-) — full (to get)

jaliwa (ku-) — blessed (to be)

jamaa (n-n-) — family; relatives

jamani! — people!

jambo (ma-) — matter

jamhuri (n-n-) — republic

jana — yesterday

jangwa (ma-) — desert

jani (ma-) — leaf

Januari — January

jaribu (ku-) — try (to); test (to)

jasho (ma-) — sweat; perspiration

jawabu (ma-) — solution; answer in arithmetic

jaza (ku-) — fill (to)

-je? — how (at the end of a question)

je, ...? — hey; say; tell me (at the beginning of a question)

jela — prison

jembe (ma-) — hoe

jenga (ku-) — build (to); construct (to)

jengo (ma-) — building

jeraha (ma-) — wound

jeshi (ma-) — army; military

jibu (ku-) — answer (to); reply (to)

jibu (ma-) — answer

jicho (ma-) — eye

jifunza (ku-) — learn (to); teach (to) oneself

jiko (ma-) — kitchen; stove

jina (ma-) — name

-jinga — stupid; ignorant; foolish

jino (meno) — tooth

jinsi — how

jioni (n-n-) — evening; late afternoon

jipu (ma-) — abscess; boil

jirani (ma-) — neighbour

jitahidi (ku-) — effort (to make)

jitetea (ku-) — fight (to) back; defend (to) oneself

jitolea (ku-) — volunteer (to)

jiuzulu (ku-) — resign (to)

jivunia (ku-) — proud (to be) of something

jiwe — stone; battery

joto (ma-) — heat (used only in singular form)

jua (ku-) — know (to)

jua (ma-) — sun

Julai — July

juma (ma-) — week

Jumamosi — Saturday

Jumanne — Tuesday

Jumapili — Sunday

Jumatano — Wednesday

Jumatatu — Monday

jumba (ma-) — building; hall

jumla (n-n-) — total; sum

Juni — June

juta (ku-) — regret (to)

juu — up; above

juu ya — top of; upon; about; concerning

juzi — day before yesterday

juzijuzi — recently; the other day

K

kaa (ku-) — stay (to)
kaanga (ku-) — fry (to)
kabila (n-n-) — tribe
kabisa — extremely; quite
kabla — before
kadi (n-n-) — card
kahawa (n-n-) — coffee
kaka (n-n-) — (older) brother; brother
kalamu (n-n-) — pen; pencil
kale — long time ago; stone age
-kali — fierce; sharp; steep; strict; dangerous; hot (pepper)
kama — like; as; if
kamili — exactly; exact
kamusi (n-n-)— dictionary
kando — side (on the), e.g. roadside
kanisa (n-n-) — church
karafuu (n-n-) — cloves
karamu (n-n-) — party; feast
karanga (n-n-) — groundnuts
karani (n-n-) — clerk
karibu — near; welcome; come near
kariri (ku-) — quote (to); repeat (to); insist (to)
karoti (n-n-) — carrots
kasirika (ku-) — angry (to be); annoyed (to be)
kaskazini (n-n-) — north
kasoro — less
kaswende (n-n-) — syphilis
kata (ku-) — cut (to)
kata (ku-) shauri — decide (to)
kataa (ku-) — refuse (to)
katani (n-n-) — sisal
kati — between

katibu (n-n-) — secretary
katika — in; on; at; inside
katikati — middle (in the)
kauka (ku-) — dry (to be)
-kavu — dry
kawaida — habit; usually
kazi (n-n-) — work
kesho — tomorrow
keti (ku-) — sit (to)
Kiafrika — in the African way/ culture/tradition
kiatu (ki-vi-) — shoe
kiazi (ki-vi-) — potato
kibali (ki-vi-) — permission; permit
kibanda (ki-vi-) — hut; market stand
kibao (ki-vi-) — board; signboard
kibarua (ki-vi-) — labourer
kiberiti (ki-vi-) — matchbox; lighter
kiboko (ki-vi-) — whip; hippopotamus
kichana (ki-vi-) — comb
kicheko (ki-vi-) — laughter
kichocho (ki-vi-) — bilharzia
kichwa (ki-vi-) — head
kidevu (ki-vi-) — chin
kidogo — little; a little
kidole (ki-vi-) — finger
kidonda (ki-vi-) — wound; sore
kidonge (ki-vi-) — tablet; pill
kifaduro (ki-vi-) — whooping cough
kifafa (ki-vi-) — epilepsy
kifaru (ki-vi-) — rhinoceros
kifo (ki-vi-) — death
kifua (ki-vi-) — chest
kifua kikuu (ki-vi-) —Tuberculosis (TB)

kigegezi (ki-vi-) — sea sickness
kijana (ki-vi-) — youth
kijasho (ki-vi-) — sweat (thin)
kijiji (ki-vi-) — village
kijiko (ki-vi-) — spoon
kijiti (ki-vi-) — tooth pick; stick
kikapu (ki-vi-) — basket
kike — in the female way/manner
kiko (ki-vi-) — pipe
kikoi (ki-vi-) — cloth (coloured loin cloth for men)
kikombe (ki-vi-) — cup
kikundi (ki-vi-) — group
kila — every
kilima (ki-vi-) — hill
kilimo (ki-vi-) — farming; agriculture
kilo (n-n-) — kilogramme
kilugha (ki-vi-) — tribal language
kimbia (ku-) — run (to)
kimya (ki-vi-) — quietness
kimya (ku-) — quiet (to be)
kimya! — shut up!; quiet! silence!
kinanda (ki-vi-) — harmonica; accordion
kinyaa (ki-vi-) — nausea
kinyume (ki-vi-) — opposite
kinywaji (ki-vi-) — drink; refreshment
kiongozi (ki-vi-) — leader
kioo (ki-vi-) — mirror
kipande (ki-vi-) — piece
kipele (ki-vi-) — acne
kipepeo (ki-vi-) — butterfly
kipindi (ki-vi-) — period of time; programme
kipindupindu (ki-vi-) — cholera
kipofu (ki-vi-) — blind person
kisa (ki-vi-) — incident
kisahani (ki-vi-) — saucer
kisha — and then

kisima (ki-vi-) — well
kisiwa (ki-vi-) — island
kisonono (ki-vi-) — gonorrhoea
kisu (ki-vi-) — knife
kitabu (ki-vi-) — book
kitambaa (ki-vi-) — cloth; head-scarf
kitambo — so long; in the meantime; earlier
kitanda (ki-vi-) — bed
kitendo (ki-vi-) — action; verb
kitenzi (ki-vi-) — verb
kiti (ki-vi-) — chair
kitoto — childishly
kitovu (ki-vi-) — navel; umbilical cord
kitu (ki-vi-) — thing
kitunguu (ki-vi-) — onion
kiungo (ki-vi-) — part of the body; spice
kiuno (ki-vi-) — waistline
kivuli (ki-vi-) — shade; shadow
kiwanda (ki-vi-) — factory
kiwete (ki-vi-) — lame person
kiziwi (ki-vi-) — deaf person
kodi (ku-) — hire (to); rent (to)
kodi (n-n-) — rent; tax
kohoa (ku-) — cough (to)
kojoa (ku-) — urinate (to)
kokwa (ma-) — core of a fruit
konda (ku-) — thin (to be)
kondoo (n-n-) — sheep
kopa (ku-) — borrow (to)
kopo (ma-) — tin
korosho (n-n-) — cashew nuts
kosa (ku-) — make (to) a mistake; miss (to)
kosa (ma-) — mistake
kua (ku-) — grow (to)
kubali (ku-) — agree (to
-kubwa — big; huge

kucha (ku-) — dawn (to become); daylight (to become)

kucha (n-n-) — finger/toe nails; claw

kufa — die (to)

kuhusu — about; concerning

kuja — come (to)

kuku (n-n-) — chicken

kula — eat (to)

kulia — right (not a verb)

kuliko — more than (not a verb)

kuma (n-n-) — vagina

kumbe — Oh, I see!

kumbuka (ku-) — remember (to)

kumi — ten

kunya — shit (to); defecate (to)

kunywa — drink (ku-)

kupa — give (to)

kushoto — left

kusini (n-n-) — south

kusudi — intentionally

kusudi — with intention

kuta (ku-) — find (to)

kutana (ku-) — meet (to)

-kuu — main; great; important

kuwa — be (to); become (to)

kwa — by; at somebody's; with

kwaheri — bye-bye

kwamba — that

kwani — say; hey

kwanza — first

kwapa (n-n-) — armpit

kweli! kweli? — really! really?; truly; truly?

kwenda — go (to)

L

la! — no!

labda — maybe; perhaps; possibly

laini — soft; smooth

lainisha (ku-) — soften (to); smoothen (to)

laki (ku-) — receive (to); meet (to) somebody

laki (n-n-) — 100 thousand

lakini — but

lala (ku-) — sleep (to)

lalamika (ku-) — complain (to)

laumu (ku-) — blame (to)

laza (ku-) — lay (to); admit (to) in hospital

lazima — must; necessary

lazimisha — force (to); compel (to)

lea (ku-) — bring (to) up

legea (ku-) — become loose (to)

leo — today

leta (ku-) — bring (to)

lewa (ku-) — drunk (to be intoxicated)

lia (ku-) — cry (to); ring (to); make (to) noise

licha — apart from

likizo (n-n-) — holiday

lima (ku-) — cultivate (to)

limau (ma-) — lemon

linda (ku-) — protect (to); guard (to)

linganisha (ku-) — compare (to)

lini? — when?

lipa (ku-) — pay (to)

lipisha (ku-) — charge (to)

lipuka (ku-) — explode (to)

lisha (ku-) — feed (to)

lo! — Oh!

lugha (n-n-) — language

M

maana (ma-) — meaning; reason

maandamano (ma-) — demonstration

maarifa (ma-) — knowledge; experience

Machi (n-n-) — March

madaraka (ma-) — responsibility

maelezo (ma-) — explanation

maendeleo (ma-) — progress

mafanikio (ma-) — success

mafua (ma-) — cold (chest); bronchitis

mafunzo (ma-) — lessons

mafuta (ma-) — oil; fat; grease

magharibi (n-n-) — west

mahali/pahali (pa-) — place

maharagwe (ma-) — beans

mahindi (ma-) — maize (grain)

maisha (ma-) — life

majani (ma-) — leaves

maji (ma-) — water

makamasi (ma-) — mucus; catarrh

makelele (ma-) — loud noise; noise

malaria (n-n-) — malaria

mali (n-n-) — property

maliza (ku-) — finish (to)

mama (n-n-) — mother

mamba (n-n-) — crocodile

manukato (ma-) — perfume

maombi (ma-) — prayers; requests

maonyesho (ma-) — exhibition; show

mapema — early

mapengo (ma-) — blanks; without teeth

mapenzi (ma-) — love

mara (n-n-) — time

maradhi (ma-) — sickness

maridadi — decorative; beautiful

mashariki (n-n-) — east

mashindano (ma-) — contest; match; competition

mashini (n-n-) — machine

maskini — poor

matata (ma-) — problems; quarrel

matatizo (ma-) — general problems

matende (ma-) — elephantiasis

mateso (ma-) — torture

matibabu (ma-) — treatment

matubwitubwi (ma-) — mumps

mavi (ma-) — shit; faeces; excrement

maziwa (ma-) — milk; lakes; breasts

mazungumzo (ma-) — conversation; discussion; dialogues

mba (n-n-) — dandruff

mbali — far

Mbantu (m-wa-) — Bantu person

mbegu (n-n-) — seeds

mbele — in front; ahead

mboga (n-n-) — vegetables

mbolea (n-n-) — manure

mbona? — why?; how come?

mboo (n-n-) — penis

mbu (n-n-) — mosquito

mbunge (m-wa-) — member of parliament

mbuyu (m-mi-) — baobab tree

mbuzi (n-n-) — goat

mbwa (n-n-) — dog

mchana (m-mi-) — daytime; afternoon

mchanga (m-mi-) — sand

mchango (m-mi-) — collection; contribution

mchele (m-mi-) — uncooked rice

mchezaji (m-wa-) — player

mchezo (m-mi-) — game; play

mchicha (m-mi-) — spinach

mchungwa (m-mi-) — orange tree

mchuzi (m-mi-) — sauce

mdomo (m-mi-) — mouth

mdudu (m-wa-) — insect

Mei — May

meta/mita (n-n-) — metre/meter

meza (ku-) — swallow (to)

meza (n-n-) — table

mfalme (m-wa-) — king

mfano (m-mi-) — example

mfanyakazi (m-wa-) — worker

Mfaransa (m-wa-) — Frenchman/ Frenchwoman

mfasiri (m-wa-) — translator

mfereji (m-mi-) — ditch; water tap

mfuko (m-mi-) — bag; pocket

mfupa (m-mi-) — bone

mgeni (m-wa-) — stranger; visitor; guest

Mgiriki (m-wa-) — Greek person

mgongo (m-mi-) — back; spine

mgonjwa (m-wa-) — patient; sick person

mguu (m-mi-) — leg; foot

mhandisi (m-wa-) — engineer

mhariri (m-wa-) — editor

mhasibu (m-wa-) — accountant

mheshimiwa (m-wa-) — respected one; Honourable; (his/her/your ...) excellency

Mhindi (m-wa-) — Indian

mia (n-n-) — hundred

mifugo (m-mi-) — livestock

mila (n-n-) — tradition; culture

mimba (n-n-) — pregnancy

minyoo (m-mi-) — worms

Misri — Egypt

miwani (n-n-) — spectacles

mjanja (m-wa-) — cunning person

Mjerumani (m-wa-) — German

mji (m-mi-) — town

mjinga (m-wa-) — stupid person; fool

mjomba (m-wa-) — uncle

mjukuu (m-wa-) — grandchild

mjumbe (m-wa-) — member of parliament; representative

mkahawa (m-mi-) — restaurant; coffee shop

mkate (m-mi-) — bread

mkatili (m-wa-) — evil person

mkazi (m-wa-) — inhabitant

mke (m-wa-) — wife

mkeka (m-mi-) — mat (plaited one for sitting/sleeping on)

mkia (m-mi-) — tail

mkoa (m-mi-) — region

mkojo (m-mi-) — urine

mkoloni (m-wa-) — colonialist

mkono (m-mi-) — hand; arm

Mkristo (m-wa-) — Christian

mkuki (m-mi-) — spear

mkulima (m-wa-) — farmer

mkundu (m-mi-) — anus

mkutano (m-mi-) — meeting; conference

mlango (m-mi-) — door

mlevi (m-wa-) — drunkard

mlima (m-mi-) — mountain

mlingoti (m-mi-) — electric pole; pole

Mmarekani (m-wa-) — American

mmea (m-mi-) — plant

mnazi (m-mi-) — coconut tree

mnunuaji/mnunuzi (m-wa-) — buyer

mnyama (m-wa-) — animal

-moja — one

moja kwa moja — straight on; one by one

moshi (m-mi-) — smoke

moto (m-mi-) — fire

motokaa (n-n-) — motorcar

moyo (m-mi-) — heart

mpagazi (m-wa-) — porter; carrier

mpaka (m-mi-) — border

mpaka — until; till

mpango (m-mi-) — arrangement

mpendwa (m-wa-) — beloved one

mpira (m-mi-) — ball

mpishi (m-wa-) — cook

mpunga (m-mi-) — rice plant; paddy

Mreno (m-wa-) — a Portuguese

mrithi (m-wa-) — inheritor; heir

msaada (m-mi-) — aid; help

msafiri (m-wa-) — traveller

mshahara (m-mi-) — salary; wages

mshale (m-mi-) — arrow

mshenzi (m-wa-) — barbarian; savage; uncivilised person

mshitakiwa (m-wa-) — accused person

mshumaa (m-mi-) — candle

msiba (m-mi-) — calamity; misfortune; disaster

msikiti (m-mi-) — mosque

msingi (m-mi-) — foundation; basis

msitu (m-mi-) — forest

msumari (m-mi-) — nail

Msumbiji — Mozambique

mtaa (m-mi-) — street; area

mtaalamu (m-wa-) — expert

mtalii (m-wa-) — tourist

mteremko (m-mi-) — slope

mti (m-mi-) — tree

mtihani (m-mi-) — examination; quiz; test

mto (m-mi-) — river

mtoto (m-wa-) — child

mtu (m-wa-) — person

mtukufu (m-wa-) — exalted person

mtumishi (m-wa-) — servant

muhimu — important

muhtasi — private

mume (m-wa-) — husband

muziki/mziki (m-mi-) — music

mvinyo (m-mi-) — wine

mvua (n-n-) — rain

mvulana (m-wa-) — young boy; male youth

Mwafrika (m-wa-) — an African

mwaka (m-mi-) — year

mwalimu (m-wa-) — teacher

mwana (m-wa-) — son; daughter

mwanachama (m-wa-) — member

mwanafunzi (m-wa-) — teacher

mwanamke (m-wa-) — woman

mwanamume (m-wa-) — man

mwananchi (m-wa-) — citizen

mwandishi (m-wa-) — writer; author

mwanzo (m-mi-) — beginning

mwendo (m-mi-) — distance; speed

mwenyeji (m-wa-) — inhabitants

mwenzi (m-wa-) — colleague

mwezi (m-mi-) — month; moon

mwiko (m-mi-) — wooden cooking spoon

mwili (m-mi-) — body

Mwingereza (m-wa-) — Englishman/Englishwoman

mwisho (m-mi-) — end
mwizi (m-wa-) — thief
mwuguzi (m-wa-) — nurse
mwuzaji (m-wa-) — seller
mzazi (m-wa-) — parent
mzigo (m-mi-) — luggage; load; baggage
mzizi (m-mi-) — root
mzungu (m-wa-) — white person; European; wanderer; (neg.) vagrant

N

na — and; with; by
naam; naam? — yes, I beg your pardon
nafaka (n-n-) — corn
nafasi (n-n-) — free time; opportunity; space
nafuu — better (feel)
namba/nambari (n-n-) — number
namna (n-n-) — sort; kind; like
nanasi (ma-) — pineapple
-nane — eight
nani? who; what (name)
nauli (n-n-) — fare
nawa (ku-) — wash (to) hands; feet/face
nchi (n-n-) — country
ndama (n-n-) — calf
ndani — inside
ndege (n-n-) — bird
ndege (n-n-) — aeroplane
ndizi (n-n-) — banana
ndoa (n-n-) — marriage
ndoo (n-n-) — bucket
ndovu (n-n-) — elephant
ndugu (n-n-) — brother; relative; comrade

ndui (n-n-) — small pox
-nene — fat; thick
nenepa (ku-) — fat (to get)
neno (ma-) — word
ng'aa (ku-) — shine (to)
ng'ambo (n-n-) — other side of the river, sea, road, etc.
ng'atuka — resign voluntarily
ng'ombe (n-n-) — cow; ox; cattle
ngano (n-n-) — wheat
ngao (n-n-) — shield
-ngapi — how many?
ngazi (n-n-) — ladder
ngeli (n-n-) — noun class
ngoja (ku-) — wait (to)
ngoma (n-n-) — drum; traditional dance
nguo (n-n-) — clothing
nguruwe (n-n-) — pig
nguvu (n-n-) — strength
ni — am; is; are
nia (n-n-) — intention; aim
niumonia (n-n-) — pneumonia
njaa (n-n-) — hunger
nje (n-n-) — outside
njia (n-n-) — way; path; road
njia panda (n-n-) — crossroads
-nne — four
November — November
nuka (ku-) — stink (to); smell (to) bad
nukia (ku-) — smell (to) nice, good
nunua (ku-) — buy (to)
nusa (ku-) — sniff (to); smell (to) at
nusu — half
nyakua (ku-) — achieve (to); grab (to)
nyama (n-n-) — meat; flesh
nyamaza (ku-) — keep (to) quiet
nyang'anya (ku-) — take (to) away by force

nyanya (n-n-) — tomato; grandmother

nyasi (n-n-) — grass

nyati (n-n-) — buffalo

nyesha (ku-) — rain (to)

nyika (n-n-) — dry grassland

nyoa (ku-) — shave (to)

nyoka (n-n-) — snake

nyota (n-n-) — star

nyuki (n-n-) — bee

nyuma — behind

nyumba (n-n-) — house

nywele (u-) — hair

nzi (n-n-) — fly

O

-o -ote — any

oa (ku-) — marry (to) — (of a man only)

oga (ku-) — bath (to); shower (to)

ogelea (ku-) — swim (to)

ogopa (ku-) — be (to) afraid; fear (to)

oka (ku-) — bake (to)

okoa (ku-) — save (to)

okota (ku-) — pick (to) up; collect (to)

Oktoba — October

olewa (ku-) — married (to be) — (of a woman only)

omba (ku-) — pray (to); beg (to); ask (to) for; request (to)

ona (ku-) — see (to)

ondoa (ku-) — remove (to)

ondoka (ku-) — leave (to); take (to) off

onea (ku-) — pick (to) on somebody

onekana (ku-) — visible (to be)

ongea (ku-) — converse (to); discuss (to)

ongeza (ku-) — add (to); increase (to)

ongoza (ku-) — lead (to)

onyesha (ku-) — show (to)

orodha (n-n-) — list

orodha ya chakula (n-n-) — menu

osha (ku-) — wash (to)

ota (ku-) — grow (to); dream (to)

-ote — all

ovyo — useless

oza (ku-) — marry (to) off

oza (ku-) — rot (to)

P

paka (ku-) — paint (to); apply (to) medicine

paka (n-n-) — cat

paketi (n-n-) — packet

pakia (ku-) — load (to)

pakua (ku-) — dish (to) up; serve (to) food

pamba (ku-) decorate (to)

pamba (n-n-) — cotton wool

pamoja — together

-pana — wide

panda (ku-) — climb (to); sow (to); plant (to)

panga (ku-) — arrange (to)

panga (u-) — matchet

pangusa (ku-) — wipe (to)

panya (n-n-) — mouse; rat

papa (n-n-) — shark

papai (ma-) — pawpaw fruit

Pasaka (n-n-) — Easter

pasi (n-n-) — passport; flat iron (for pressing clothes)

pata (ku-) — get (to)
peleka (ku-) — take (to) away
pembe (n-n-) — horn
penda (ku-) — love (to); like (to)
pendeza (ku-) — attract (to)
pengine — maybe
pepopunda (n-n-) — tetanus
pesa (n-n-) — money
pete (n-n-) — ring
petroli (n-n-) — petrol
pia — also; too; as well
picha (n-n-) — picture
piga (ku-) — hit (to); beat (to)
piga (ku-) pasi — iron (to)
piga (ku-) simu — telephone (to)
pika (ku-) — cook (to)
pikipiki (n-n-) — motorcycle
pili — second
pilipili (n-n-) — pepper
pima (ku-) — measure (to); examine (to); test (to)
pindua (ku-) — overturn (to); turn (to) over
pinga (ku-) — oppose (to)
pita (ku-) — pass (to)
poda (n-n-) — powder
pokea (ku-) — receive (to)
pole — sorry!; condolence
polepole — slow; slowly; carefully; gently
polisi (n-n-) — police
pombe (n-n-) — alcohol
pona (ku-) — get (to) well; recover (to)
posa (ku-) — make (to) a marriage proposal
posa (n-n-) — marriage proposal
posta (n-n-) — post office
potea (ku-) — get (to) lost

poteza (ku-) — lose (to)
pua (n-n-) — nose
pumzika (ku-) — rest (to); make a break (to)
punda (n-n-) — donkey
punda milia (n-n-) — zebra
pungua (ku-) — grow/get (to) less
punguza (ku-) — reduce (to)
pwani (n-n-) — coast
-pya — new

R

radhi (n-n-) — forgiveness; blessings
radi (n-n-) — thunderclap
rafiki (n-n-) — friend
raha (n-n-) — happiness; joy
rahisi — cheap; easy
raia (n-n-) — citizen
rais/raisi (n-n-) — president
ramani (n-n-) — map
rangi (n-n-) — colour; paint
rasmi — official (adj.)
redio (n-n-) — radio
-refu — long
rejea (ku-) — return (to); go (to) back
rekebisha (ku-) — put (to) right/ together
rika (ma-) — age group; circumcision group
risasi (n-n-) — bullet
rithi (ku-) — inherit (to)
robo — quarter
roho (n-n-) — spirit
ropoka (ku-) — speak (to) without thinking, i.e. nonsense
rubani (n-n-) — pilot

rudi (ku-) — return (to); come (to) back

rudisha (ku-) — return (to) something; bring (to) back

ruhusa (n-n-) — permission

ruhusu (ku-) — permit (to); allow (to)

rushwa (n-n-) — bribe

S

saa (ma-) — hour

saa (n-n-) — clock; watch; o'clock; time

saba — seven

sababu (kwa) — because

sababu (n-n-) — reason

sabini — seventy

sabuni (n-n-) — soap

sadaka (n-n-) — offering; religious sacrifice

sadiki (ku-) — believe (to)

safari (n-n-) — journey; trip

safi — clean

safiri (ku-) — travel (to)

safirisha (ku-) — export (to); deport (to)

safisha (ku-) — clean (to)

sahani (n-n-) — plate

sahau (ku-) — forget (to)

sahihi (n-n-) — signature

saidia (ku-) — help (to)

sakafu (n-n-) — floor

saladi (n-n-) — salad

salama — peacefully; safely

sali (ku-) — pray (to)

salimu (ku-) — greet (to)

samaki (n-n-) — fish

samehe (ku-) — forgive (to)

sana — very; a lot; much

sanduku (ma-) — box; suitcase

sasa — now

sauti (n-n-) — voice; sound

sawa — same; o.k.; well

sehemu (n-n-) — part

sekunde — seconds (time)

sema (ku-) — say (to); speak (to)

sentensi (n-n-) — sentence

senti (n-n-) — cent

Septemba — September

serikali (n-n-) — government

shaka (n-n-) — doubt

shamba (ma-) — farm; field; plantation

shangaa (ku-) — surprised (to be); astonished (to be)

sharti — obligation; must

shati (ma-) — shirt

shauri (ku-) — advice (to)

shauri (ma-) — advice

shavu (ma-) — cheek

shawishi (ku-) — convince (to); encourage (to)

-shenzi — barbaric; uncivilized

sherehe (n-n-) — celebration

sheria (n-n-) — law

shiba (ku-) — satisfied (to be) with food

shida (n-n-) — problem; difficulty; hardship

shika (ku-) — catch (to); hold (to)

Shikamoo — greeting to an elderly person, meaning, "I touch your feet"

shilingi (n-n-) — shilling

shinda (ku-) — conquer (to); overcome (to)

shingo (ma-) — neck

shiriki (ku-) — participate (to)

shona (ku-) — sew (to)

shtaki (ku-) — accuse (to)

shtuka/shituka (ku-) — shocked (to be)

shughuli (n-n-) — activities

shughulika (ku-) — busy (to be)

shuka (ku-) — disembark (to); come (to) down

shuka (ma-) — bed sheet; loincloth

shukurani/shukrani (n-n-) — gratitude; thanks

shukuru (ku-) — thank (to)

shule (n-n-) — school

shusha (ku-) — bring (to) down

siagi (n-n-) — butter

siasa (n-n-) — politics

sifa (n-n-) — praise

sifu (ku-) — praise (to)

sigara (n-n-) — cigarette

sikia (ku-) — hear (to); feel (to); obey (to)

sikiliza (ku-) — listen (to); obey (to)

sikio (ma-) — ear

sikitika (ku-) — sad (to be); grieve (to)

sikitiko (ma-) — grief; sadness

siku (n-n-) — day

sindano (n-n-) — needle; injection; syringe

sinema (n-n-) — cinema

siri (n-n-) — secret

sisitiza (ku-) — insist (to)

sita — six

sitawi (ku-) — flourish (to); prosper (to)

sitini — sixty

soko (ma-) — market

soma (ku-) — read (to); study (to); learn (to)

somo (ma-) — lesson; study

staajabu (ku-) — astonished (to be)

stahimili (ku-) — patient (to be); put (to) up with

starehe (ku-) — enjoy (to); have (to) a good time

subiri (ku-) — wait (to); patient (to be)

sufuri — zero

sufuria (n-n-) — cooking-pot

sukari (n-n-) — sugar

sukuma (ku-) — push (to)

sumbua (ku-) — disturb (to); trouble (to)

sumni/sumuni/thumni (n-n-) — fifty-cent coin

sumu — poison

sura (n-n-) — looks; appearance; chapter

surua (n-n-) — measles

suruali — trousers

suti (n-n-) — suit

swali (ma-) — question

T

taa (n-n-) — light; lamp

taarifa (n-n-) — report

tabasamu (ku-) — smile (to)

tabia (n-n-) — behaviour; character

tafadhali — please

tafsiri (ku-) — translate (to)

tafuta (ku-) — look (to) for; search (to)

taga (ku-) — lay (to) eggs

tahiri (ku-) — circumcise (to)

taifa (ma-) — nation

taja (ku-) — mention (to)

tajiri (ma-) — rich man; employer; merchant; businessman
taka (ku-) — want (to)
takataka (n-n-) — rubbish; waste
takia (ku-) — wish (to)
tako (ma-) — buttock
takwimu (n-n-) — figures; calculation; statistics
tamaa (n-n-) — desire
tambua (ku-) — recognize (to); discover (to)
tamka (ku-) — speak up (to); pronounce (to)
-tamu (adj.) — sweet; tasty
tandika (ku-) — make (to) the bed; lay (to) table, etc.
tangazo (ma-) — announcement; notice
tangu — since
tangulia (ku-) — precede (to); go (to) ahead
-tano — five
tapika (ku-) — vomit (to)
tarajia (ku-) — expect (to)
taratibu (n-n-) — order; method
tarehe (n-n-) — calendar date
tasa (adj.; n-n-) — odd number; barren; sterile
-tatu — three
tatua/tatuza (ku-) — solve (to)
tawala (ku-) — govern (to); rule (to)
tayari — ready
tayarisha (ku-) — prepare (to)
tazama (ku-) — stare (to); gaze (to); look (to) at
tega (ku-) — set (to) a trap
tegemea (ku-) — depend (to) on; expect (to)

teksi (n-n-) — taxi
tele — much; a lot; plenty
telemka (ku-) — descend (to)
tembea (ku-) — walk (to)
tembelea (ku-) — visit (to)
tembo (n-n-) — elephant
tena — again; any more; any longer
tenda (ku-) — act (to); do (to)
tengeneza (ku-) — repair (to); prepare (to)
teremsha (ku-) — bring (to) down; unload (to).
tesa (ku-) — torture (to)
tetekuwanga (n-n-) — chicken-pox
tetemeka (ku-) — tremble (to); shiver (to); shake (to)
thamani (n-n-) — value
thelathini — thirty
themanini — eighty
thubutu (ku-) — dare (to)
thumni — fifty-cent coin
tia (ku-) — put (to) in
tibu (ku-) — treat (to) medically
timiza (ku-) — fulfil (to)
tisa — nine
tisini — ninety
toa (ku-) — remove (to); put (to) out; give (to) out
toboa (ku-) — bore (to) a hole
tofauti — difference
toka (ku-) — come (to) from; go (to) out; come (to) out
toka — from
tokana (ku-) — originate (to); come (to) out of
tokeo (ma-) — result; outcome
tosha (ku-) — be (to) enough
tu — only

tukana (ku-) — abuse (to)
tuma (ku-) — send (to)
tumaini (ku-) — hope (to)
tumbo (ma-) — stomach; abdomen
tumia (ku-) — use (to)
tunda (ma-) — fruit
tundu (ma-) — hole
tunza (ku-) — take (to) care of
tupa (ku-) — throw (to); throw (to) away
-tupu (adj) — empty
twiga (n-n-) — giraffe

U

ua (ku-) — kill (to)
ua (ma-) — flower
ua (u-) — backyard; fence
uaminifu (u-) — faithfulness; trustworthiness
uamuzi (u-) — decision
uanadamu (u-) — humanity
ubaguzi (u) — segregation; discrimination
ubaguzi wa rangi (u-) — racism
ubao (u-) — plank; board
ubatizo (u-) — baptism
ubavu (u-) — rib
ubaya (u-) — badness; evil
ubishi (u-) — argument
ubovu (u-) — rottenness
uchache (u-) — minority
uchafu (u-) — dirt
uchaguzi (u-) — election
uchawi (u-) — witchcraft
uchi (u-) — nakedness
udaktari (u-) — medicine (the art of medicine)
udhi (ku-) — annoy (to)
udongo (u-) — soil; mud

udumishi (u-) — maintenance
ufa (u-) — crack
ufagio (u-) — broom
ufanisi (u-) — successfulness; prosperity
Ufaransa (n-n-) — France
ufasaha (u-) — elegance; purity of style/pronunciation
ufunguo (u-) — key; opener
ufupi (u-) — shortness
ugali (u-) — stiff maize-/millet-/cassava-/flour- meal
ugonjwa (u-) — disease; illness
ugonjwa wa kupooza (u-) — polio
uhamiaji (u-) — immigration
uhuru (u-) — freedom; independence
Uingereza (u-) — England
Uislamu (u-) — Muslim religion
uizi (u-) — theft
ujamaa (u-) — brotherhood; socialism
ujanja (u-) — cunning; craftiness; roguery
Ujerumani (u-) — Germany
ujira (u-) — weekly/daily wages
ujuzi (u-) — knowledge; experience
ukatili (u-) — evilness
uke (u-) — a woman's private parts
Ukimwi (u-) — Aids (**Ukosefu wa Kinga Mwilini**)
ukoma (u-) — leprosy
ukoo (u-) — clan; kinship
Ukristo (u-) — Christianity
ukulima (u-) — agriculture; farming

ukurasa (u-) — page
ukuta (u-) — wall
Ulaya (u-) — Europe
ulimi (u-) — tongue
ulimwengu (u-) — world
uliza (ku-) — ask (to)
uma (ku-) — hurt (to); bite (to); sting (to)
uma (u-) — fork
umaskini (u-) — poverty
umeme (u-) — electricity; lightning
umoja (u-) — unity
umri (u-) — age
unene (u-) — fatness; thickness
unga (ku-) — form (to); join (to)
unga (u-) — flour
Unguja (u-) — Zanzibar
uongozi (u-) — leadership
upana — width
upande (u-) — side
upendo (u-) — love
upepo (u-) — wind
upesi — quickly
urafiki (u-) — friendship
urahisi (u-) — ease
uraia (u-) — citizenship
urefu (u-) — height; length; depth
Ureno (u-) — Portugal
usafi (u-) — cleanliness
usafiri (u-) — transport
usaha (u-) — pus
usawa (u-) — level
ushindi (u-) — triumph
ushuru (u-) — customs duty
usiku (u-) — night
usingizi (u-) — sleep
uso (u-) — face

utabibu (u-) — medicine (work of a doctor)
utajiri (u-) — wealth
utamaduni (u-) — culture
utamu (u-) — sweetness
utoto (u-) — childhood; childishness
uume (u-) — a man's private parts
uvivu (u-) — laziness
uwezo (u-) — ability; power
uza (ku-) — sell (to)
uzee (u-) — old age
uzi (u-) — thread
uzito (u-) — weight; heaviness
uzuri (u-) — goodness

V

vaa (ku-) — wear (to); dress (to)
vamia (ku-) — attack (to)
vazi (ma-) — garment; robes
vibaya — badly
vifaa (ki-vi-) — material equipment
vigumu — difficult; hard (to be done)
viini (ki-vi-) — bacteria
vijidudu (ki-vi-) — germs
vilevile — also; as well; just the same; too
vimba (ku-) — swell (to)
vimbiwa (ku-) — constipated (to be); oversatisfied (to be)
vita (ki-vi-) — war; battle (no singular form)
-vivu — lazy
vizuri — well; nicely; properly
vua (ku-) **nguo** — undress (to)

vua (ku-) samaki — fish (to)
vuja (ku-) — leak (to)
vuka (ku-) — cross (to)
vuna (ku-) — harvest (to)
vunja (ku-) — break (to)
vunjika (ku-) — broken (to get)
vuta (ku-) — pull (to); inhale (to)

W

-wili — (adj.) two
wahi (ku-) — be (to) in time; make (to) it
wakati (u-) — period of time
wali (u-) — cooked rice
wasiwasi — doubt; perplexity
waziri (mawaziri) (u-) — minister
weka (ku-) — put (to)
weza (ku-) — able (to be)
wezekana (ku-) — possible (to be)
wezesha (ku-) — enable (to)
wimbo (u-) — song
winda (ku-) — hunt (to)
wingi (u-) — majority
wizara (n-n-) — ministry
wodi (n-n-) — hospital ward

Y

yaani — that means; that is to say
yabisi (n-n-) — rheumatism
yafaa — it is better that ...

yai (ma-) — egg
yatima (n-n-) — orphan

Z

zaa (ku-) — bear (to) a child
zahanati (n-n-) — dispensary
zaidi — more
zaliwa (ku-) —born (to be)
zama (ku-) — sink (to)
zamani — formerly; a long time ago
zamu (n-n-) — turn; period of duty
zao (ma-) — product; offspring
zawadi (n-n-) — present; gift
-zee — old
ziba (ku-) — seal (to); block (to)
zidi (ku-) — exceed (to)
zika (ku-) — bury (to)
zima (ku-) — put (to) out; switch (to) off
-zima — whole; complete
zimia (ku-) — faint (to)
-zito — heavy
ziwa (ma-) — lake; breast
zoezi (ma-) — exercise
zuia (ku-) — prevent (to); protect (to)
zulia (n-n-) — carpet
zunguka (ku-) — go (to) round
zungumza (ku-) — converse (to); discuss (to)
-zuri — good; nice; lovely; beautiful
zuru (ku-) — visit officially

VOCABULARY LIST

(ORODHA YA MSAMIATI: Kiingereza— Kiswahili)

A

abandon (to) — acha (ku-)
abdomen — tumbo (ma-)
ability — uwezo (u-)
able (to be) — weza (ku-)
able — hodari
about — kuhusu; juu ya
above — juu
abscess — jipu (ma-)
abuse (to) — tukana (ku-)
accident — ajali (n-n-)
accompany (to) each other — ambatana (ku-)
accomplish (to) — maliza (ku-); kamilisha (ku-)
accordion — kinanda (ki-vi-)
accountant — mhasibu (m-wa-)
accuse (to) — shtaki (ku-)
accused (person)— mshitakiwa (m-wa-)
achieve (to) — nyakua (ku-); fanikiwa (ku-)
acne — kipele (ki-vi-)
act (to) — tenda (ku-); igiza (ku-)
action — kitendo (ki-vi-)
activities — shughuli (n-n-)
add (to) — hesabu (ku-); jumlisha (ku-)
add (to) to — ongeza (ku-)
address — anuani (n-n-)
admit (to) in hospital — laza (ku-) hospitali
advice — shauri (ma-)
advise (to) — shauri (ku-)
aeroplane — ndege (n-n-)
afraid (to) be — ogopa (ku-)
African — Mwafrika (m-wa-)
African way/culture/tradition — Kiafrika

after — baada ya
afternoon — mchana (m-mi-); alasiri (n-n-)
afterwards — baadaye; halafu
again — tena
age — umri (u-)
age group — rika (ma-)
agree (to) — kubali (ku-)
agriculture — kilimo (ki-vi-)
agriculture — ukulima (u-)
ahead — mbele
aid — msaada (m-mi-); usaidizi (u-)
Aids — Ukimwi (u-)
aim — lengo (ma-); nia (n-n-)
air — hewa
alcohol — pombe (n-n-)
all — -ote
allow (to) — ruhusu (ku-)
alphabet — alfabeti; herufi (n-n-)
also — pia; vile vile
although — ingawa
am — ni
ambassador — balozi (n-n-)
ambulance — gari la wagonjwa (ma-)
American — Mmarekani (m-wa-)
among — baadhi
and — na
and then — basi; halafu; kisha
anger — hasira (n-n-)
angry (to be) — kasirika (ku-)
animal — mnyama (m-wa-)
announcement — tangazo (ma-)
annoy (to) — udhi (ku-); kera (ku)
annoyed (to be) — kasirika (ku-)
another — -ingine
answer (to) — jibu (ku-)

251

answer — jibu (ma-)
anus — mkundu (m-mi-)
any — -o -ote
any longer — tena
any more — tena
apart from — licha
appearance — sura (n-n-)
apply (to) medicine — paka (ku-)
dawa
April — Aprili
are — ni
area — mtaa (m-mi-)
argue (to) — bisha (ku-)
argument — ubishi (u-)
arithmetic — hesabu (n-n-)
arm — mkono (m-mi-)
armpit — kwapa (n-n-)
army — jeshi (ma-)
arrange (to) — panga (ku-)
arrangement — mpango (m-mi-)
arrive (n)— fika (ku-)
arrow — mshale (m-mi-)
as — kama
as well — pia; vile vile
ask (to) — uliza (ku-)
ask (to) for — uliza (ku-); omba
(ku-)
astonished (to be) — shangaa (ku-)
at — katika; kwenye
at somebody's — kwa
attack (to) — vamia (ku-)
attend (to) — hudhuria (ku-)
attract (to) — pendeza (ku-)
August — Agosti (n-n-)
author — mwandishi (m-wa-)
awake (to) — amka (ku-)

B

backbone — uti wa mgongo (u-);
mgongo (m-mi-)

backyard — ua (u-/nyua)
bacteria — viini (ki-vi-)
badly — vibaya
badness — ubaya (u-)
bag — mfuko (m-mi-)
baggage — mzigo (m-mi-)
bake (to) — oka (ku-)
ball — mpira (m-mi-)
banana — ndizi (n-n-)
Bantu person — Mbantu (m-wa-)
baobab tree — mbuyu (m-mi-)
baptism — ubatizo (u-)
baptize (to) — batiza (ku-)
bar — baa (n-n-)
barbaric — -shenzi
barbarian — mshenzi (m-wa-)
barren — tasa; gumba
basket — kikapu (ki-vi-)
bath (to) — oga (ku-)
battery — betri (n-n-)
battle — vita (ki-vi-)
be (to) — kuwa
be (to) enough — tosha (ku-)
be (to) on time — wahi (ku-)
beans — maharagwe (ma-)
bear (to) a child — zaa (ku-)
beat (to) — piga (ku-)
beautiful — -zuri; maridadi
because — kwa sababu
become (to) — kuwa
bed — kitanda (ki-vi-)
bed sheet — shuka (ma-)
bee — nyuki (n-n-)
beer — bia (n-n-)
before — awali
before — kabla
beg (to) — omba (ku-)
begin (to) — anza (ku-)
beginning — mwanzo (m-mi-)

behaviour — desturi (n-n-); tabia (n-n-)

behind — nyuma (n-n-)

believe (to) — amini (ku-); sadiki (ku-)

beloved one — mpendwa (m-wa-)

below — chini ya

bereavement — msiba (m-mi-)

better (feel) — nafuu

better — afadhali; bora; heri

between — kati; baadhi

Bible — Biblia (n-n-)

bicycle — baiskeli (n-n-)

big — -kubwa

bilharzia — kichocho (ki-vi-)

bill — bili (n-n-)

bird — ndege (n-n-)

bite (to) — uma (ku-); ng'ata (ku)

bitter — -chungu

black — -eusi

blackboard — ubao (u-)

blame (to) — laumu (ku-)

blanket — blanketi (ma-)

blanks — mapengo (ma-)

bless (to) — bariki (ku-)

blessed (to be) — jaliwa (ku-)

blessings — heri (n-n-); radhi (n-n-)

blind (person) — kipofu (ki-vi-)

block (to) — ziba (ku-)

blood — damu (n-n-)

board — kibao (ki-vi-); ubao (u-)

body — mwili (m-mi-)

boil (to) — chemka (ku-)

bone — mfupa (m-mi-)

book — kitabu (ki-vi-)

border — mpaka (m-mi-)

bore (to) a hole — toboa (ku-) shimo

born (to be) — zaliwa (ku-)

borrow (to) — kopa (ku-); azima (ku-)

bottle — chupa (n-n-)

box — sanduku (ma-)

boy — mvulana (m-wa-); kijana (ki-vi-)

brain — ubongo (u-); akili (n-n-)

bread — mkate (m-mi-)

break (to) — vunja (ku-)

breast — ziwa (ma-)

bribe — rushwa (n-n-); hongo (n-n-)

bridge — daraja (ma-)

bring (to) — leta (ku-)

bring (to) back — rudisha (ku-)

bring (to) down — shusha (ku-); teremsha (ku-)

bring (to) up — lea (ku-)

bring/cause (to) to boil — chemsha (ku-)

broken (to get) — vunjika (ku-)

bronchitis — mafua (ma-)

broom — ufagio (u-)

brother — kaka (n-n-); ndugu

brotherhood — ujamaa (u-); undugu (u-)

bucket — ndoo (n-n-)

buffalo — nyati (n-n-)

build (to) — jenga (ku-)

building — jengo (ma-); jumba (ma-)

bullet — risasi (n-n-)

bundle — fungu (ma-)

burn (to) — choma (ku-)

bury (to) — zika (ku-)

bus — basi (ma-)

business — biashara (n-n-)

businessman — tajiri (ma-)

busy (to be) — shughulika (ku-)
but — lakini
butter — siagi (n-n-)
butterfly — kipepeo (ki-vi-)
buttock — tako (ma-)
buy (to) — nunua (ku-)
buyer — mnunuaji/mnunuzi (m-wa-)
by — na; kwa
bye-bye — kwaheri

C

calculation — hesabu (n-n-) takwimu (n-n-)
calendar date — tarehe (n-n-)
calf — ndama (n-n-)
call (to) — ita (ku-)
candle — mshumaa (m-mi-)
car — gari (ma-); motokaa (n-n-)
card — kadi (n-n-)
carefully — polepole; taratibu
carpet — mkeka (m-mi-)
carpet — zulia (n-n-)
carrots — karoti (n-n-)
carry (to) — beba (ku-)
cashew nuts — korosho (n-n-)
cat — paka (n-n-)
catarrh — kamasi (ma-)
catch (to) — shika (ku-)
cattle — ng'ombe (n-n-)
celebration — sherehe (n-n-)
cent — senti (n-n-)
certificate — cheti (ki-vi-)
chair — kiti (ki-vi-)
change (to) — badili (ku-); badilisha (ku-)
chapter — sura (n-n-)
character — tabia (n-n-)
charge (to) — lipisha (ku-)
chase (to) — fukuza (ku-)

cheap — rahisi
cheat (to) — danganya (ku-)
cheek — shavu (ma-)
chemical — dawa (n-n-; ma-); kemikali (n-n-)
chemist shop — duka la madawa (ma-)
chest — kifua (ki-vi-)
chicken — kuku (n-n-)
chicken-pox — tetekuwanga (n-n-)
child — mtoto (m-wa-)
childhood — utoto (u-)
childishly — kitoto
chin — kidevu (ki-vi-)
cholera — kipindupindu (ki-vi-)
choose (to) — chagua (ku-)
Christian — Mkristo (m-wa-)
Christianity — Ukristo (u-)
church — kanisa (n-n-)
cigarettes — sigara (n-n-)
cinema — sinema (n-n-)
circumcise (to) — tahiri (ku-)
circumcision group — rika (ma-)
circumstances — hali (n-n-)
citizen — mwananchi (m-wa-)
citizen — raia (n-n-)
citizenship — uraia (u-)
claim (to) — dai (ku-)
clan — ukoo (u-)
classroom — darasa (ma-)
clay pot — chungu (ki-vi-)
clean (to) — safisha (ku-)
clean — safi
cleanliness — usafi (u-)
clear (to) out a bush for cultivation — fyeka (ku-)
clerk — karani (n-n-)
clever — hodari
climb (to) — panda (ku-)
clock — saa (n-n-)
close (to) — funga (ku-)

cloth (coloured loin cloth for men) — kikoi (ki-vi-)
cloth — kitambaa (ki-vi-)
cup — kikombe (ki-vi-)
clothing — nguo (n-n-)
cloves — karafuu (n-n-)
coast — pwani (n-n-)
coconut tree — mnazi (m-mi-)
coffee — kahawa (n-n-)
coffee shop — mkahawa (m-mi-)
cold (chest) — mafua (ma-)
colleague — mwenzi (m-wa-)
collect (to) — okota (ku-)
collection (contribution) — mchango (m-mi-)
college — chuo (ki-vi-)
colonialist — mkoloni (m-wa-)
colour — rangi (n-n-)
comb — kichana (ki-vi-)
comb (to) hair — chana (ku-)
come (to) — ja (ku-)
come (to) back — rudi (ku-)
come (to) from — toka (ku-)
come (to) out — toka (ku-)
come near — karibu; karibia
come (to) to an end — isha (ku-)
committee — halmashauri (n-n-)
compare (to) — linganisha (ku-)
compel (to) — lazimisha (ku-)
competition — mashindano (ma-)
complain (to) — lalamika (ku-)
complete — -zima ; kamilifu
composition — insha (n-n-)
comrade — ndugu (n-n-)
concerning — juu ya
condition — hali (n-n-)
condolence — pole
conference — mkutano (m-mi-)
confidence — amani (n-n-)
confirm (to) — hakikisha (ku-)
contribution — mchango (m-mi-)

conquer (to) — shinda (ku-)
constipated (to be) — vimbiwa (ku-)
construct (to) — jenga (ku-)
consul — balozi (n-n-)
contest — mashindano (ma-)
continent — bara (ma-)
continue (to) — endelea (ku-)
contribute (to) — changa (ku-)
converse (to) — zungumza (ku-); ongea (ku-)
convince (to) — shawishi (ku-)
cook (to) — pika (ku-)
cook — mpishi (m-wa-)
cooked (to get) — iva (ku-)
core of a fruit — kokwa (ma-)
corn — nafaka (n-n-); mahindi (ma-)
cotton wool — pamba (n-n-)
cough — kohoa (ku-)
count (to) — hesabu (ku-)
counting — hesabu (n-n-); kuhesabu (ku-)
country — nchi (n-n-)
courtroom — mahakama (ma-); baraza (ma-)
cover (to) — funika (ku-)
cow — ng'ombe (n-n-)
crack — ufa (u-)
craftiness — ufundi (u-); ujanja (u-)
craftsman — fundi (ma-)
crocodile — mamba (n-n-)
cross (to) — vuka (ku-)
crossroads — njia panda (n-n-)
cry (to) — lia (ku-)
cultivate (to) — lima (ku-)
culture — utamaduni (u-); mila (n-n-)
cunning person — mjanja (m-wa-)
cunningness — ujanja (u-)
custom — desturi (n-n-)

custom house/office — forodha (n-n-)

customs duty — ushuru (u-)

cut (to) — kata (ku-)

D

damage (to) — haribu (ku-)

damaged (to get) — haribika (ku-)

dandruff — mba (n-n-)

danger — hatari (n-n-)

dangerous — -a hatari

dare (to) — thubutu (ku-)

darkness — giza (n-n-)

daughter — binti (n-n-); mwana (m-wa-)

dawn (to become) — kucha (ku-)

dawn — alfajiri (n-n-)

day — siku (n-n-)

day before yesterday — juzi

daylight (to become) — cha (ku-)

daytime — mchana (m-mi-)

deaf person — kiziwi (ki-vi-)

death — kifo (ki-vi-)

deceased — hayati (n-n-); marehemu (ma-)

debt — deni (n-n-)

December — Disemba (n-n-)

decide (to) — kata (ku-) shauri; amua (ku-)

decision — uamuzi (u-)

decorate (to) — pamba (ku-)

decorative — maridadi

defecate (to) — nya (ku-)

defend (to) oneself — jikinga (ku-); jitetea (ku-)

demonstration — maandamano (ma-)

departed (dead person) — hayati (n-n-); marehemu (ma-)

department — idara (n-n-)

depend on (to) — tegemea (ku-)

deport (to) — safirisha (ku-)

depth — kina (ki-vi-)

descent (to) — telemka (ku-)

desert — jangwa (ma-)

desire — tamaa (n-n-); hamu (n-n-)

despise (to) — dharau (ku-)

destroy (to) — angamiza (ku-); haribu (ku-)

diarrhoea (to have) — harisha (ku-)

dictate (to) — andikisha (ku-)

dictionary — kamusi

die (to) — fariki (ku-); kufa

difference — tofauti

difficult — -gumu

difficult — vigumu

difficulty — shida (n-n-)

dig (to) out — chimba (ku-); chimbua (ku-)

direct (to) — elekeza (ku-)

dirt — uchafu (u-)

dirty (to make) — chafua (ku-)

dirty — -chafu

disaster — janga (ma-); msiba (m-mi-)

discover (to) — gundua (ku-); tambua (ku-)

discrimination — ubaguzi (u)

discuss (to) — ongea (ku-); zungumzia (ku-)

discussions — mazungumzo (ma-)

disease — ugonjwa (u-)

disembark (to) — shuka (ku-)

disgrace — aibu (n-n-)

dispensary — zahanati (n-n-)

distance — mwendo (m-mi-)

disturb (to) — sumbua (ku-)

ditch — mfereji (m-mi-)

divide (to) — gawanya (ku-)

do (to) — fanya (ku-); tenda (ku-)

doctor — daktari (n-n-)

dog — mbwa (n-n-)

dollar — dola (n-n-)

donkey — punda (n-n-)

door — mlango (m-mi-)

doubt — shaka (n-n-); wasiwasi (n-n-)

down — chini

dozen — dazani/dazeni (n-n-)

draw (to) — chora (ku-)

dream (to) — ota (ku-)

dress (to) — vaa (ku-)

drink (to) — nywa (ku-)

drink — kinywaji (ki-vi-)

drive (to) — endesha (ku-)

driver — dereva (n-n-)

drums — ngoma (n-n-)

drunk (to be intoxicated) — lewa (ku-)

drunkard — mlevi (m-wa-)

dry (to be) — kauka (ku-)

dry grassland — nyika (n-n-)

dry — kavu

E

ear — sikio (ma-)

earlier — kitambo

early — mapema

earth — ardhi (n-n-)

ease — urahisi (u-)

east — mashariki (n-n-)

Easter — Pasaka (n-n-)

easy — rahisi

eat (to) — la (ku-)

editor — mhariri (m-wa-)

educate (to) — elimisha (ku-)

education — elimu (n-n-)

efficiency — ufanisi (u-)

efficient — hodari

effort (to make) — jitahidi (ku-)

egg — yai (ma-)

Egypt — Misri

eight —nane

eighty — themanini

either — aidha; au

electricity — umeme (u-)

election — uchaguzi (u-)

electric pole — mlingoti (m-mi-)

elephant — ndovu (n-n-); tembo (n-n-)

elephantiasis — matende (ma-)

embassy — ubalozi (u-)

employ (to) — ajiri (ku-)

employer — mwajiri (m-wa-); tajiri (ma-)

empty —tupu

giraffe — twiga (n-n-)

enable (to) — wezesha (ku-)

encourage (to) — shawishi (ku-)

end — mwisho (m-mi-)

enemy — adui (n-n-)

energetic — hodari

engineer — mhandisi (m-wa-)

England — Uingereza (n-n-)

Englishman/woman — Mwingereza (m-wa-)

enjoy (to) —.starehe (ku-)

enough — basi; bas

enter (to) — ingia (ku-)

epilepsy — kifafa (ki-vi-)

equipment — vifaa (ki-vi-)

especially — hasa

essay — insha (n-n-)

Europe — Ulaya (u-)

European — Mzungu (m-wa-)

even though — ingawa

even; not even — hata

evening — jioni (n-n-)
every — kila
evil person — mkatili (m-wa-)
evilness — ukatili (u-); ubaya (u-)
exact — kamili
exalted person — mtukufu (m-wa-)
examination — mtihani (m-mi-)
examine (to) — pima (ku-)
example — mfano (m-mi-)
exceed (to) — zidi (ku-)
except — ila
exchange (to) — badilisha (ku-)
excrement — mavi (ma-)
exercise — zoezi (ma-)
exhibition — mashindano (ma-)
expect (to) — tarajia (ku-); tegemea (ku-)
expensive — ghali
experience — maarifa (ma-); ujuzi (u-)
expert — mtaalamu (m-wa-)
explain (to) — eleza (ku-)
explanation — maelezo (ma-)
explode (to) — lipuka (ku-)
export (to) — safirisha (ku-)
extremely — kabisa
eye — jicho (ma-; plur. = macho)

F

face — uso (u-)
factory — kiwanda (ki-vi-)
faeces — mavi (ma-); kinyesi (ki-vi-)
faint (to) — zimia (ku-)
faith — imani (n-n-)
faithfulness — uaminifu (u-)
fall (to) — anguka (ku-)
family — jamaa (n-n-); familia (n-n-)

far — mbali
fare — nauli (n-n-)
farm — shamba (ma-)
farmer — mkulima (m-wa-)
farming — kilimo (ki-vi-); ukulima (u-)
fast (to) — funga (ku-)
fasten (to) — funga (ku-)
fat — -nene
fat — mafuta (ma-)
father — baba (n-n-)
fatness — unene (u-)
fear (to) — ogopa (ku-)
fear — hofu (n-n-)
feast — karamu (n-n-); tafrija (n-n-)
February — Februari (n-n-)
feed (to) — lisha (ku-)
feel (to) — sikia (ku-); hisi (ku-)
feel (to) well/good — pata (ku-) ahueni
female — -a kike
fence — ua (u-; ma-)
fever — homa (n-n-)
few — -chache
fierce — -kali
fifty — hamsini
fifty-cent coin — sumni/sumuni/ thumni (n-n-)
fight (to) back — jitetea (ku-); jipigania (ku-)
figures — tarakimu (n-n-)
fill (to) — jaza (ku-)
film — filamu (n-n-)
find (to) — kuta (ku-)
find (to) out — gundua (ku-)
fine (o.k.) — haya!
finger — kidole (ki-vi-)
finish (to) — isha (ku-)
finish (to) — maliza (ku-)

fire — moto (m-mi-)
first — -a kwanza
fish (to) — vua (ku-) samaki
fish — samaki (n-n-)
five — -tano
flat iron — pasi (n-n-)
floor — sakafu (n-n-)
flour — unga (u-)
flourish (to) — sitawi (ku-)
flower garden — bustani (n-n-)
flower — ua (ma-)
fly — nzi (n-n-)
follow (to) — fuata (ku-)
food — chakula (ki-vi-)
fool — -jinga
fool — mjinga (m-wa-)
foot — mguu (m-mi-)
force (to) — lazimisha (ku-)
foreign — -geni
forest — msitu (m-mi-)
forget (to) — sahau (ku-)
forgive (to) — samehe (ku-)
forgiveness — radhi (n-n-); msamaha (mi-)
fork — uma (u-)
form (to) — unga (ku-)
form — fomu (n-n-)
former — -a zamani
formerly — awali
forty — arobaini
foundation — msingi (m-mi-)
four — -nne
France — Ufaransa (n-n-)
free time — nafasi (n-n-)
freedom — uhuru (u-)
Frenchman/woman — Mfaransa (m-wa-)
Friday — Ijumaa
friend — rafiki (n-n-)
friendship — urafiki (u-)

from — toka
fruit — tunda (ma-)
fry (to) — kaanga (ku-)
fulfil (to) — timiza (ku-)
full (to get) — jaa (ku-)

G

gamble (to) — bahatisha (ku-)
game — mchezo (m-mi-)
garment — nguo
gaze (to) — tazama (ku-); kazia (ku-) macho; kodolea (ku-) macho
general problems — matatizo (ma-)
gently — polepole
German — Mjerumani (m-wa-)
Germany — Ujerumani (u-)
germs — vijidudu (ki-vi-)
get (to) fat — nenepa (ku-)
get (to) — pata (ku-)
get (to) lost — potea (ku-)
get (to) well — pona (ku-)
gift — zawadi (n-n-)
give (to) — pa (ku-)
give (to) out — toa (ku-)
go (to) — enda (ku-; kw-)
go (to) out — toka (ku-)
go (to) round — zunguka (ku-)
goat — mbuzi (n-n-)
gonorrhoea — kisonono (ki-vi-)
good — -zuri
goodness — uzuri (u-); wema (u-)
goods — bidhaa (n-n-)
gospel — injili (n-n-)
govern (to) — tawala (ku-)
Government — Serikali (n-n-)
grade (to) — chambua (ku-)
grandchild — mjukuu (m-wa-)
grandfather — babu (n-n-)

grandmother — bibi (n-n-); nyanya (n-n-)

grass — nyasi (n-n-)

gratitude — shukurani/shukrani (n-n-)

grease — mafuta (ma-)

great — -kuu

Greek person — Mgiriki (m-wa-)

green/young coconut — dafu (ma-)

greet (to) — salimu (ku-)

greet (to) —amkia (ku-)

greeting to an elder person: "I touch your feet" — Shikamoo

grief — sikitiko (ma-)

grieve (to) — sikitika (ku-)

grill (to) meat — choma (ku-) nyama

ground — ardhi (n-n-)

groundnuts — karanga (n-n-)

group — kikundi (ki-vi-)

grow (to) — kua (ku-); ota (ku-)

grow/get (to) less — pungua (ku-)

guard (to) — linda (ku-)

guard — askari (n-n-)

guess (to) — bahatisha (ku-); kisia (ku-)

guest — mgeni (m-wa-)

H

habit — desturi; kawaida (n-n-)

hair — nywele (u-)

half — nusu

hand — mkono (m-mi-)

happiness — raha (n-n-); furaha (n-n-)

happy (to be) — furahi (ku-)

hard (adj.) — -gumu

hard (adv.) — vigumu

hardship — shida (n-n-)

harmonica — kinanda (ki-vi-)

harvest (to) — vuna (ku-)

haste — haraka

hate (to) — chukia (ku-)

hatred — chuki (n-n-)

have (to) a good time — starehe (ku-)

head — kichwa (ki-vi-)

head-scarf — kitambaa (ki-vi-)

health — afya (n-n-)

hear (to) — sikia (ku-)

heart — moyo (m-mi-)

heat — joto (ma-, but not plural)

heavy — -zito

height — urefu (u-); kimo (ki-vi-)

heir — mrithi (m-wa-)

help (to) — saidia (ku-)

help — msaada (m-mi-)

her/s — yeye; -ake

hey; say; tell me — je...?

hey, tell me — kwani; hebu

hide (to) — ficha (ku-)

hill — kilima (ki-vi-)

hippopotamus — kiboko (ki-vi-)

hire (to) — kodi (ku-)

his — -ake

hit (to) — piga (ku-)

hoe — jembe (ma-)

hold (to) — shika (ku-)

hole — tundu (ma-)

holiday — likizo (n-n-)

honest — -aminifu

honey — asali (n-n-)

Honourable — Mheshimiwa (m-wa-)

hope (to) — tumaini (ku-)

horn — pembe (n-n-)

horse — farasi (n-n-)

hospital — hospitali (n-n-)

hospital ward — wodi ya hospitali (n-n-)

hot chili/chilli — pilipili (n-n-)
hotel — hoteli (n-n-)
hour —saa (n-n-)
house — nyumba (n-n-)
houseyard — baraza (ma-)
how — -je?
how — jinsi/gani?
how come? — mbona?
how many? —ngapi?
huge — -kubwa
human being — binadamu (n-n-)
humanity — uanadamu (u-)
hundred — mia
hundred thousand — laki (n-n-)
hunger — njaa (n-n-)
hunt (to) — winda (ku-)
hurt (to) — uma (ku-); umiza (ku-)
husband — mume (m-wa-)
hut — kibanda (ki-vi-)
hyena — fisi (n-n-)

I

ice — barafu (n-n-)
identical (to be) — fanana (ku-)
if — kama
ignorant — -jinga
illness — ugonjwa (u-)
imitate (to) — iga (ku-)
immigrate (to) — hama (ku-)
immigration — uhamaji (u-)
important — muhimu; -kuu
in — katika
in front — mbele ya
in order that/to — ili
increase (to) — ongeza (ku-)
incident — kisa (ki-vi-)
independence — uhuru (u)
Indian — Mhindi (m-wa-)
infect (to) — ambukiza (ku-)

infection — ambukizo (ma-)
inform (to) — fahamisha (ku-)
inhabitants — mkazi (m-wa-);
  mwenyeji (m-wa-)
inhale (to) — vuta (ku-)
inherit (to) — rithi (ku-)
inheritor — mrithi (m-wa-)
inject (to) — dunga (ku-)
injection — sindano (n-n-)
insect — mdudu (m-wa-)
inside — ndani; katika
insist (to) — sisitiza (ku-); karirira
  (ku-)
instead of — badala ya
intention — nia (n-n-); lengo (ma-)
intentionally — kusudi; makusudi
invite (to) — alika (ku-)
iron (to) — piga (ku-) pasi
is — ni
island — kisiwa (ki-vi-)
it is better that ... — yafaa
its — -ake

J

January — Januari
join (to) — unga (ku-)
journey — trip (n-n-); safari (n-n-)
joy — furaha (n-n-); raha (n-n-)
judge (to) —amua (ku-)
July — Julai
June — Juni
just the same — vile vile; sawa
justice — haki (n-n-)

K

keep (to) quiet — nyamaza (ku-)
keep animals/livestock —fuga (ku-)
key — ufunguo (u-)

261

kidney — figo (ma-)
kill (to) — ua (ku-)
kilogramme — kilo (n-n-)
kind — -ema
kind — namna (n-n-)
kinship — ukoo (u-)
kitchen — jiko (ma-)
knee — goti (ma-)
knife — kisu (ki-vi-)
knock (to) — bisha (ku-)
know (to) — jua (ku-); fahamu (ku-)
knowledge — maarifa (ma-); ujuzi (u-)

L

labourer — kibarua (ki-vi-)
ladder — ngazi (n-n-)
lady — bibi (n-n-)
lake — ziwa (ma-)
lakes — maziwa (ma-)
lame (person) — kiwete (ki-vi-)
lamp — taa (n-n-)
language — lugha (n-n-)
last (to) — dumu (ku-)
late (to be) — chelewa (ku-)
later — halafu
laugh (to) — cheka (ku-)
laughter — kicheko (ki-vi-)
law — sheria (n-n-)
lay (to) — laza (ku-)
lay (to) table — tandika (ku-)
lay (to) eggs — taga (ku-) mayai
laziness — uvivu (u-)
lazy — -vivu
lead (to) — ongoza (ku-)
leader — kiongozi (ki-vi-)
leadership — uongozi (u-)
leaf — jani (ma-)

leak (to) — vuja (ku-)
learn (to) — jifunza (ku-); soma (ku-)
leave (to) — ondoka (ku-)
leave/stop/quit (to) — acha (ku-)
leaves — majani (ma-)
left — kushoto
leg — mguu (m-mi-)
lemon — limau (ma-)
length — urefu (u-)
leprosy — ukoma (u-)
less — kasoro
lesson — somo (ma-); funzo (ma-)
let me! — hebu!
letter — barua (n-n-)
level — usawa (u-)
life — maisha (ma-); uhai (u-)
lift (to) — inua (ku-)
light — nuru
lighter — kiberiti (ki-vi-)
light (electric) — umeme (u-)
like (to) — penda (ku-)
like — kama
list — orodha (n-n-)
listen (to) — sikiliza (ku-)
little — kidogo
live (to) — ishi (ku-)
liver — ini (ma-)
livestock — mifugo (m-mi-)
load (to) — pakia (ku-)
load — mzigo (m-mi-)
long — -refu
long time ago — kale; hapo kale
look (to) — angalia (ku-)
look (to) after — chunga (ku-)
look (to) for — tafuta (ku-)
looks — sura (n-n-)
loose (to be) — legea (ku-)
lose (to) — poteza (ku-)
loss — hasara (n-n-)

lot (a) — tele
louse — chawa (n-n-)
love (to) — penda (ku-)
love — mapenzi (ma-); upendo (u-)
lovely — -zuri
low — -fupi
luck — bahati (n-n-)
luggage — mzigo (m-mi-)

M

main — -kuu
maintain (to) — dumisha (ku-)
maintenance — udumishaji (u-)
maize (grain) — hindi (ma-)
majority — wingi (u-)
make (to) — fanya (ku-)
make (to) a marriage proposal —
    posa (ku-)
make (to) noise — piga (ku-)
    makelele
make (to) sure — hakikisha (ku-)
make (to) the bed — tandika (ku-)
make (to) a mistake — kosa (ku-)
malaria — malaria (n-n-)
man — mwanamume (m-wa-)
manage (to) — fanikiwa (ku-)
mango — -embe (ma-)
manners — adabu (n-n-)
manure — mbolea (n-n-)
many — -ingi
map — ramani (n-n-)
March — Machi (n-n-)
market — soko (ma-)
market stand — kibanda (ki-vi-)
marriage — ndoa (n-n-)
marriage proposal — posa (n-n-)
married (to be) — (of a woman
    only) — olewa (ku-)
marry (to) — (of a man only) —
    oa (ku-)

marry (to) off — oza (ku-)
machine — mashini (n-n-)
match — mashindano (ma-)
matchbox — kiberiti (ki-vi-)
matchet — upanga (u-)
mathematics — hesabu (n-n-)
matter —jambo (ma-; pl.= mambo)
May — Mei
maybe — labda; pengine
meaning — maana (n-n-)
meantime — kitambo
measles — surua; ukambi
measure (to) — pima (ku-)
meat/flesh — nyama (n-n-)
medicine — dawa (n-n-; ma-)
medicine (work of a doctor) —
    utabibu (u-); udaktari (u-)
meet (to) — kutana (ku-)
meeting — mkutano (m-mi-)
mine — -angu
member — mwanachama (m-wa-)
member of parliament — mbunge
    (m-wa-); mjumbe (m-wa-)
men's private parts — uume (u)
menstruation — hedhi (n-n-)
mention (to) — taja (ku-)
menu — orodha ya chakula (n-n-)
merchant — tajiri (ma-); mfanya
    biashara
meter/metre — meta (n-n-)
method — taratibu (n-n-)
middle (in the) — katikati
military — jeshi (ma-)
milk — maziwa (ma-)
minister — waziri (u)
ministry — wizara (n-n-)
minority — uchache (n)
minute — dakika (n-n-)
mirror — kioo (ki-vi-)

misfortune (death) — msiba (m-mi-)
miss (to) — kosa (ku-)
mistake — kosa (ma-)
mister/gentleman — bwana (n-n-)
mix (to) — changanya (ku-)
Monday — Jumatatu
money — pesa (n-n-); hela (n-n-); fedha (n-n-)
month — mwezi
moon — mwezi (m-mi-)
more — zaidi
more than — kuliko
morning — asubuhi
mosque — msikiti (m-mi-)
mosquito — mbu (n-n-)
mosquito net — chandalua (ku-)
mother — mama (n-n-)
motorcar — motokaa (n-n-)
motorcycle — pikipiki (n-n-)
mountain — mlima (m-mi-)
mouse — panya (n-n-)
mouth — mdomo (m-mi-)
move (to) away/out — hama (ku-)
move (to) in/to — hamia (ku-)
Mozambique — Msumbiji
Mrs. — bibi (n-n-)
much — sana
mucus — kamasi (ma-)
mud — udongo (u)
mumps — matubwitubwi (ma-)
music — muziki/mziki (m-mi-)
Muslim religion — Uislamu (u)
must — lazima; sharti

N

nail — msumari (m-mi-)
nakedness — uchi (u)
name — jina (ma-)

nation — taifa (ma-)
nausea — kinyaa (ki-vi-)
navel — kitovu (ki-vi-)
near — karibu
neck — shingo (ma-)
need (to) — hitaji (ku-)
need — haja (n-n-)
needle — sindano (n-n-)
neighbour — jirani (ma-)
new — -pya
news — habari (n-n-)
newspaper — gazeti (ma-)
nice — -zuri
nicely — vizuri
night — usiku (u-)
nine — tisa
ninety — tisini
no — hapana; la; sio
noise — kelele (ma-)
noon — adhuhuri (n-n-)
north — kaskazini (n-n-)
nose — pua (ma-)
not yet — bado
notice — tangazo (ma-)
noun class — ngeli (n-n-)
November — Novemba
now — sasa
number — namba; nambari (n-n-)
nurse — mwuguzi (m-wa-)

O

obey (to) — tii (ku-); sikia (ku-)
obligate (to) — bidi (ku-)
obligation (must) — sharti; lazima
ocean — bahari (n-n-)
o'clock — saa (n-n-)
October — Oktoba
odd number — tasa (n-n-)
odour — harufu (n-n-)

offering — sadaka (n-n-)
official — rasmi
offspring — zao (ma-)
Oh, I see! — kumbe!
Oh! — lo!
oil — mafuta (ma-)
o.k. — haya; sawa; basi
old — -zee
old age — uzee (u-)
on — katika; juu ya
one — -moja
one by one — moja kwa moja
one who wanders — mzungu (m-wa-)
onion — kitunguu (ki-vi-)
only — tu
open (to) — fungua (ku-)
opener — ufunguo (u-)
opportunity — nafasi (n-n-)
oppose (to) — pinga (ku-)
opposite — kinyume (ki-vi-)
oppress (to) — angamiza (ku-)
or — au; aidha
orange — chungwa (ma-)
orange tree — mchungwa (m-mi-)
order (to) — agiza (ku-)
order — taratibu (n-n-)
origin — asili (n-n-)
originate (to) — tokana (ku-)
orphan — yatima (n-n-)
other/s — -ingine
outcome — tokeo (ma-)
outside — nje (n-n-)
over (matter) — kuhusu
overcome (to) — shinda (ku-)
overseas — ng'ambo (n-n-)
overturn (to) — pindua (ku-)
owner — -enye
ox — ng'ombe (n-n-)

P

pace — **hatua** (n-n-)
packet — paketi (n-n-)
paddy — mpunga (m-mi-)
page (book) — ukurasa (u-)
paint (to) — paka (ku-)
paint — rangi (n-n-)
parliament — bunge (ma-)
pant (to) for breath — hema (ku-)
parent — mzazi (m-wa-)
part — sehemu (n-n-)
part of the body — kiungo (ki-vi-)
participate (to) — hudhuria (ku-); shiriki (ku-)
party (political) — chama (ki-vi-)
party (social gathering) — karamu (n-n-)
pass (to) — pita (ku-)
passport — pasi (n-n-)
path — njia (n-n-)
patient (to be) — stahimili (ku-)
patient — mgonjwa (m-wa-)
pawpaw fruit — papai (ma-)
pay (to) — lipa (ku-)
peace — amani
peacefully — salama
pen — kalamu (n-n-)
pencil — kalamu (n-n-) ya mate; penseli
penis — uume (u); mboo (n-n-)
people! — jamani!
pepper — pilipili (n-n-)
perfume — manukato (ma-)
perhaps — labda
period of duty — zamu (n-n-)
period of time — wakati (u-)
permission — ruhusa (n-n-)
permit (to) — ruhusu (ku-)

permit — kibali (ki-vi-); ruhusa (n-n-)

perplexity — wasiwasi

person — mtu (m-wa-)

perspiration — jasho (ma-)

petrol — petroli (n-n-)

pharmacy — duka la madawa (ma-)

pick (to) on somebody — onea (ku-)

pick (to) up — chukua (ku-)

pick (to) up — okota (ku-)

picture — picha (n-n-)

piece — kipande (ki-vi-)

pierce (to) — dunga (ku-)

pig — nguruwe (n-n-)

pill — kidonge (ki-vi-)

pilot — rubani (n-n-)

pineapple — nanasi (ma-)

pipe — kiko (ki-vi-)

place — mahali/pahali (pa-)

plank — ubao (u-)

plant — mmea (m-mi-)

plant (to) — panda (ku-)

plantation — shamba (ma-)

plate — sahani (n-n-)

play (to) — cheza (ku-)

play — mchezo (m-mi-)

player —mchezaji (m-wa-)

please — tafadhali

pneumonia — niumonia (n-n-)

pocket — mfuko (m-mi-)

poison — sumu (n-n-)

pole — mlingoti (m-mi-)

police — polisi (n-n-)

policeman — askari (n-n-)

polio — ugonjwa wa kupooza (u-)

politics — siasa (n-n-)

poor — maskini

port — bandari (n-n-)

porter — mpagazi (m-wa-)

Portugal — Ureno (n-n-)

Portuguese — Mreno (m-wa-); Kireno (language)

possible (to be) — wezekana (ku-)

possibly — inawezekana; labda

post office — posta (n-n-)

postpone (to) — ahirisha (ku-)

pot (cooking) — sufuria (n-n-)

potato — kiazi (ki-vi-)

poverty — umaskini (u-)

powder — poda (n-n-)

power — uwezo (u-)

praise (to) — sifu (ku-)

praise — sifa (n-n-)

pray (to) — sali (ku-); omba (ku-)

prayers — maombi (ma-); sala (n-n-)

preach (to) — hubiri (ku-)

precede (to) — tangulia (ku-)

preferable — afadhali; heri; bora

pregnancy — mimba (n-n-)

prepare (to) — andaa (ku-); tayarisha (ku-)

prepare (to) — tengeneza (ku-)

present — zawadi (n-n-)

president — rais (n-n-)

presume (to) — dhani (ku-); fikiria (ku-)

prevent (to) — zuia (ku-)

price — bei (n-n-)

primary — msingi (m-mi-)

prison — jela (n-n-)

private — binafsi

private secretary — katibu muhtasi (n-n-)

problem — shida (n-n-); matatizo (ma-)

problems (i.e. riots) — matata (ma-)

product — zao (ma-)
profit — faida (n-n-)
programme — kipindi (ki-vi-)
progress — maendeleo (ma-)
promise (to) — ahidi (ku-)
promise — ahadi (n-n-)
pronounce (to) — tamka (ku-)
properly — vizuri
property — mali (n-n-)
prosper (to) — sitawi (ku-)
prosper (to) — fanikiwa (ku-)
protect (to) — linda (ku-); zuia (ku-)
proud (to be) of — jivunia (ku-)
pull (to) — vuta (ku-)
punish (to) — adhibu (ku-)
punishment — adhabu (n-n-)
purity of style/pronunciation — ufasaha (u-)
pus — usaha (u-)
push (to) — sukuma (ku-)
put (to) — weka (ku-)
put (to) in — tia (ku-)
put (to) out — toa (ku-)
put (to) right/together — rekebisha (ku-)
put (to) up with — stahimili (ku-)
puzzle — fumbo (ma-)

Q

quarrel (to) — gombana (ku-)
quarrel — ugomvi (u-); matata (ma-)
quarter — robo
question — swali (ma-)
quickly — haraka; upesi
quiet (to be) — kimya (ku-)
quietly — kimya kimya
quietness —kimya (ki-vi-)

quit (to) — acha (ku-)
quite — kabisa
quiz — mtihani (m-mi-)
quote (to) — kariri (ku-); nukuu (ku-)

R

racism — ubaguzi wa rangi (u-)
radio — redio (n-n-)
rain (to) — nyesha (ku-)
rain — mvua (n-n-)
raise (to) — inua (ku-)
rat — panya (n-n-)
read (to) — soma (ku-)
ready — tayari
really! really? — kweli! kweli?
reason — sababu (n-n-); maana (n-n-)
receive (to) — laki (ku-); pokea (ku-)
recently (the other day) — juzijuzi
recognize (to) — tambua (ku-)
recover (to) — pona (ku-)
red — -ekundu
reduce — punguza (ku-)
refreshment — kinywaji (ki-vi-); kiburudisho (ki-vi-)
refuse (to) — kataa (ku-); goma (ku-)
region — mkoa (m-mi-)
register (to) — andikisha (ku-); sajili (ku-)
regret (to) — juta (ku-)
relative — ndugu (n-n-); jamaa (n-n-)
religion — dini (n-n-)
religious sacrifice — sadaka (n-n-)

remain (to) — baki (ku-)
remember (to) — kumbuka (ku-)
remove (to) — ondoa (ku-); toa (ku-)
rent (to) — kodi (ku-)
rent — kodi (n-n-)
repair (to) — tengeneza (ku-)
reply (to) — jibu (ku-)
report — taarifa (n-n-)
representative — mjumbe (m-wa-)
republic — jamhuri (n-n-)
request (to) — omba (ku-)
requests — maombi (ma-)
resemble (to) — fanana (ku-)
resign (to) — jiuzulu (ku-)
resign (to) voluntarily — ng'atuka
respect (to) — heshimu (ku-)
respect — heshima (n-n-)
respected one — mheshimiwa (m-wa-)
responsibility — madaraka (ma-)
rest (to) — pumzika (ku-)
restaurant — mkahawa (m-mi-)
result — tokeo (ma-)
return (to) — rudi (ku-); rejea (ku-)
return (to) something — rudisha (ku-)
rheumatism — yabisi (n-n-)
rhinoceros — kifaru (ki-vi-)
rib — ubavu (u-)
rice (cooked) — wali (u-)
rice plant — mpunga (m-mi-)
rich man — tajiri
ride (to) — endesha (ku-)
right (direction) — kulia
right (entitlement)— haki (n-n-)
right! — haya!
ring (to) — lia (ku-)
ring — pete (n-n-)

riot — fujo (n-n-)
ripe (to get) — iva (ku-)
ripe — -bivu
river — mto (m-mi-)
road — barabara (n-n-); njia (n-n-)
robes —vazi (ma-)
roguery — ujanja (u-); ulaghai (u-)
room — chumba (ki-vi-)
root — mzizi (m-mi-)
rot (to) — oza (ku-)
rottenness — ubovu (u-)
routine — desturi (n-n-)
rub (to) off — futa (ku-)
rubbish — takataka (n-n-)
ruin (to) — angamiza (ku-)
rule (to) — tawala (ku-)
run (to) — kimbia (ku-)

S

sad (to be) — sikitika (ku-)
sadness — sikitiko (ma-)
safely — salama
salad — saladi (n-n-)
salary — mshahara (m-mi-)
salt — chumvi (n-n-)
same — sawa
sand — mchanga (m-mi-)
satisfied (to be) with food — shiba (ku-)
Saturday — Jumamosi
sauce — mchuzi (m-mi-)
saucer — kisahani (ki-vi-)
savage person — mshenzi (m-wa-)
save (to) — okoa (ku-)
say (to) — sema (ku-)
say (to) good-bye — aga (ku-)
school — shule (n-n-)
shoulder — bega (ma-)

sea — bahari (n-n-)
sea sickness — kigegezi (ki-vi-)
seal (to) — ziba (ku-)
search (to) — tafuta (ku-)
second — pili
seconds — sekunde (n-n-)
secret — siri (n-n-)
secretary — katibu (n-n-)
see (to) — ona (ku-)
seeds — mbegu (n-n-)
segregation — ubaguzi (u-)
self — -enyewe
sell (to) — uza (ku-)
seller — mwuzaji (m-wa-)
send (to) — tuma (ku-)
sentence — sentensi (n-n-)
September — Septemba
sermon — hotuba (n-n-)
servant — mtumishi (m-wa-)
serve (to) — hudumia (ku-)
serve (to) food — pakua (ku-)
service — huduma (n-n-)
seven — saba
seventy — sabini
sew (to) — shona (ku-)
shade — kivuli (ki-vi-)
shadow — kivuli (ki-vi-)
shake (to) — tetemeka (ku-)
shame — aibu (n-n-)
share (to) — gawana (ku-)
shark — papa (n-n-)
sharp — -kali
shave (to) — nyoa (ku-)
sheep — kondoo (n-n-)
shield — ngao (n-n-)
shilling — shilingi (n-n-)
shine (to) — ng'aa (ku-)
shirt — shati (ma-)
shit (to) — nya (ku-)

shit — mavi (ma-)
shiver (to) — tetemeka (ku-)
shocked (to be) — shtuka/shituka (ku-)
shoe — kiatu (ki-vi-)
shop — duka (ma-)
short — -fupi
shortness — ufupi (u-)
show (to) — onyesha (ku-)
show — maonyesho (ma-)
shower (to) — oga (ku-)
shut up! — kimya!
sickness — maradhi (ma-)
side (on the), e.g. on the roadside — kando
side — upande (u-)
signboard — kibao (ki-vi-)
signature — sahihi (n-n-)
silently — kimya
sin — dhambi (n-n-)
since — tangu
sing (to) — imba (ku-)
sink (to) — zama (ku-)
sisal — katani (n-n-)
sister — dada (n-n-)
sit (to) — keti (ku-)
six — sita
sixty — sitini
slaughter (to) — chinja (ku-)
sleep (to) — lala (ku-)
sleep — usingizi (u-)
slope — mteremko (m-mi-)
slow — -a polepole
slowly — polepole
small — -dogo
smallpox — ndui (n-n-)
smell (to) bad — nuka (ku-)
smell (to) nice/good — nukia (ku-)
smell — harufu (n-n-)
smile (to) — tabasamu (ku-)

smile — tabasamu (n-n-)
smoke — moshi (m-mi-)
smooth — laini
smoothen (to) — lainisha (ku-)
snake — nyoka (n-n-)
sniff (to) — nusa (ku-)
so — basi; hivi/hivyo
so long — kitambo
soap — sabuni (n-n-)
socialism — ujamaa (u-)
society — chama (ki-vi-)
soft — laini
soften (to) — lainisha (ku-)
soil (to) — chafua (ku-)
soil — udongo (u-)
soldier — askari (n-n-)
solution — jawabu (ma-)
solve (to) — tatua/tatuza (ku-)
some — -ingine
son — mwana (m-wa-)
song — wimbo (u-)
sore — kidonda (ki-vi-)
Sorry! — Pole!
sort — namna (n-n-)
sort out (to) — chambua (ku-)
soul — nafsi (n-n-)
sound — sauti (n-n-)
south — kusini (n-n-)
sow (to) — panda (ku-)
space — nafasi (n-n-)
speak (to) — sema (ku-)
speak (to) without thinking —
  ropoka (ku-)
speak (to) up — tamka (ku-)
spear — mkuki (m-mi-)
spectacles — miwani (n-n-)
speech — hotuba (n-n-)
speed (high) — mwendo mkali/wa
  kasi (m-mi-)
spice — kiungo (ki-vi-)

spinach — mchicha (m-mi-)
spine — mgongo (m-mi-)
spirit — roho (n-n-)
spoil (to) — haribu (ku-)
spoiled (to) get — haribika (ku-)
spoon — kijiko (ki-vi-)
stain — doa (ma-)
star — nyota (n-n-)
stare (to) — tazama (ku-)
start (to) — anza (ku-)
state — hali (n-n-)
statistics — takwimu (n-n-)
stay (to) — kaa (ku-)
steal (to) — iba (ku-)
steep — -kali
step — hatua (n-n-)
sterile — gumba
stick — kijiti (ki-vi-)
stick (to) together — ambatana
  (ku-)
stiff maize-millet-cassava-flour
  porridge — ugali (u-)
still — bado
sting (to) — uma (ku-)
stink (to) — nuka (ku-)
stomach — tumbo (ma-)
stone — jiwe (ma-; pl. is "mawe")
stone age — kale
stop doing something — acha (ku-)
store (a shop) — duka (ma-)
story — hadithi (n-n-)
stove — jiko (ma-)
straight on — moja kwa moja
strange — -geni
stranger — mgeni (m-wa-)
street — barabara (n-n-); mtaa
  (m-mi-)
strength — nguvu (n-n-)
strict — -kali
strike (to) — goma (ku-)

270

student — mwanafunzi (m-wa-)
study (to) — soma (ku-)
study — somo (ma-)
stupid — -jinga
stupid person — mjinga (m-wa-)
succeed (to) — fanikiwa (ku-);
  faulu (ku-)
success — mafanikio (ma-)
successfulness — ufanisi (u-)
suddenly — ghafula/ghafla
sugar — sukari (n-n-)
suit — suti (n-n-)
suitable (to be) — faa (ku-)
suitcase — sanduku (ma-)
sum — jumla (n-n-)
sun — jua (ma-)
Sunday — Jumapili
surprised (to be) — shangaa (ku-)
swallow (to) — meza (ku-)
sweat (thin) — kijasho (ki-vi-)
sweat — jasho (ma-)
sweep (to) — fagia (ku-)
sweet — -tamu
sweetness — utamu (u-)
swell (to) — vimba (ku-)
swim (to) — ogelea (ku-)
switch (to) off — zima (ku-)
syphilis — kaswende (n-n-)
syringe — sindano (n-n-)

T

tablet — kidonge (ki-vi-)
table — meza (n-n-)
taboo — mwiko (m-mi-)
tail — mkia (m-mi-)
take (to) — chukua (ku-)
take (to) away — peleka (ku-)
take (to) away by force —
  nyang'anya (ku-)

take (to) care of — tunza (ku-)
tasty — -tamu
tax — kodi (n-n-)
taxi — teksi (n-n-)
tea — chai (n-n-)
teach (to) — fundisha (ku-)
teacher — mwalimu (m-wa-)
telephone (to) — piga (ku-) simu
tell (to) — ambia (ku-)
ten — kumi
tent — hema (n-n-)
test (to) — jaribu (ku-); pima
  (ku-); jaribu (ku-)
test — mtihani (m-mi-)
tetanus — pepopunda (n-n-)
text — insha (n-n-)
thank (to) — shukuru (ku-)
thank you! — asante!
thanks — shukurani (n-n-)
that — kwamba; ya kuwa
that is to say — yaani
that means — yaani
that way — hivyo
theft — uizi (u-)
their — -ao
thick — -nene
thickness — unene (u-)
thief — mwizi (m-wa-)
thin (to be) — konda (ku-)
thing (material, e.g. tool) —
  chombo (ki-vi-)
thing — kitu (ki-vi-)
think (to) — fikiri (ku-); dhani
  (ku-)
thirty — thelathini
this way — hivi
thread — uzi (u-)
three — tatu
throw (to) — tupa (ku-)
throw (to) away — tupa (ku-)

thunderclap — radi (n-n-)
Thursday — Alhamisi
thus — hivi
time — mara
time — saa (n-n-)
tired (to be) — choka (ku-)
today — leo
together — pamoja
toilet — choo (ki-vi-)
tomato — nyanya (n-n-)
tomorrow — kesho
tongue — ulimi (u-)
too — vilevile; pia
tooth — jino (ma-)
tooth pick — kijiti (ki-vi-)
toothless — mapengo (ma-)
top (on) of — juu ya
torture (to) — tesa (ku-)
torture — mateso (ma-)
total — jumla (n-n-)
touch (to) — gusa (ku-)
tourist — mtalii (m-wa-)
town — mji (m-mi-)
trade — biashara (n-n-)
tradition — mila (n-n-)
traditional dance — ngoma (n-n-)
translate (to) — tafsiri (ku-)
translator — mfasiri (m-wa-)
transport — usafiri (u-)
trap (to) — tega (ku-)
travel (to) — safiri (ku-)
traveller — msafiri (m-wa-)
treat (to) medically — tibu (ku-)
treatment — matibabu (ma-)
tree — mti (m-mi-)
tremble (to) — tetemeka (ku-)
tribal language — kilugha (ki-vi-)
tribe —kabila (n-n-)
triumph — ushindi (u-)
trouble (to) — sumbua (ku-)

trousers — suruali (n-n-)
truly! truly? — kweli! kweli?
trustworthiness — uaminifu (u-)
trustworthy — -aminifu
try (to) — jaribu (ku-)
try (to) one's luck — bahatisha
(ku-)
Tuberculosis (TB) — kifua kikuu
(ki-vi-)
Tuesday — Jumanne
turn (to) — geuka (ku-)
turn — zamu (n-n-)
twenty — ishirini
two — -wili
type — aina (n-n-)

U

umbilical cord — kitovu (ki-vi-)
uncivilized — -shenzi
uncivilized person — mshenzi
(m-wa-)
uncle (paternal) — ami (n-n-)
uncle (maternal) — mjomba
(m-wa-)
uncooked rice — mchele (m-mi-)
under — chini ya
understand (to) — fahamu (ku-);
elewa (ku-)
undress (to) — vua (ku-) nguo
unfasten (to) — fungua (ku-)
unity — umoja (u-)
unload (to) — teremsha (ku-);
shusha (ku-); pakua (ku-)
untie (to) — fungua (ku-)
until — mpaka; hadi
up — juu
upcountry — bara (ma-)
upon — juu ya
urinate (to) — kojoa (ku-)

urine — mkojo (m-mi-)
use (to) — tumia (ku-)
useless — ovyo
usually — kwa kawaida
utensil — chombo (ki-vi-)

V

vagina — kuma (n-n-)
valley — bonde (ma-)
value — thamani (n-n-)
vegetables — mboga (n-n-)
vehicle — gari (ma-); motokaa (n-n-)
verb — kitendo (ki-vi-); kitenzi (ki-vi-)
very — sana
village — kijiji (ki-vi-)
visible (to be) — onekana (ku-)
visit (to) — tembelea (ku-)
visit (to) officially — zuru (ku-)
visitor — mgeni (m-wa-)
voice — sauti (n-n-)
volunteer (to) — jitolea (ku-)
vomit (to) — tapika (ku-)

W

wages — mshahara (m-mi-)
waistline — kiuno (ki-vi-)
wait (to) — ngoja (ku-); subiri (ku-)
walk (to) — tembea (ku-)
wall — ukuta (u-)
want (to) — taka (ku-)
war — vita (ki-vi-) (used only in plural)
wash (to) — osha (ku-)
wash (to) clothes — fua (ku-)
wash (to) hands/feet/face — nawa (ku-)

watch (to) — tazama (ku-)
watch — saa (n-n-)
water — maji (ma-)
way — njia (n-n-)
wealth — utajiri (u-)
wear (to) — vaa (ku-)
weather — hali ya hewa (n-n-)
Wednesday — Jumatano
week — juma (ma-); wiki (n-n-)
weekly/daily wages — ujira (u-)
weight — uzito (u-)
welcome! — karibu!
well — kisima (ki-vi-)
well! — basi!; sawa!; vizuri!
west — magharibi (n-n-)
what (name) — nani?
what sort — gani?
wheat — ngano (n-n-)
wheel — gurudumu (ma-)
when? — lini?
which? — gani?; -ipi?
whip — kiboko (ki-vi-)
white — -eupe
white person — mzungu (m-wa-)
who? — nani?
whole — -zima
whooping cough — kifaduro (ki-vi-)
why? — kwa nini?; mbona?
wide — -pana
width — upana
wife — mke (m-wa-)
will — hiari (n-n-)
wind — upepo (u-)
window — dirisha (ma-)
wine — mvinyo (m-mi-)
wipe (to) — futa (ku-); pangusa (ku-)
wish (to) — takia (ku-)

witchcraft — uchawi (u-)
with — kwa; na; -enye
without — bila
woman — mwanamke (m-wa-)
woman's private parts — uke (u-)
wonder — ajabu (n-n-)
wooden cooking spoon — mwiko (m-mi-)
word — neno (ma-)
work — kazi (n-n-)
worker — mfanyakazi (m-wa-)
world — dunia (n-n-); ulimwengu (u-)
worms — minyoo (m-mi-)
wound — jeraha (ma-); kidonda (ki-vi-)
write (to) — andika (ku-)
writer — mwandishi (m-wa-)

Y

year — mwaka (m-mi-)
yes — naam; ndiyo
yesterday — jana
yet — bado
your — -ako
youth — kijana (ki-vi-)
youth (male) — mvulana (m-wa-)
youth (female) — msichana (m-wa-)

Z

Zanzibar — Unguja (n-n-)
zebra — punda milia (n-n-)
zero — sufuri